கரைந்த நிழல்கள்

கரைந்த நிழல்கள்

அசோகமித்திரன் (1931–2017)

இயற்பெயர் ஜ. தியாகராஜன். செகந்தராபாத்தில் பிறந்தார். மெஹ்பூப் கல்லூரியிலும் நிஜாம் கல்லூரியிலும் ஆங்கிலம், இயற்பியல், வேதியியல் படித்தார். தந்தையின் மறைவுக்குப்பின் இருபத்தொன்றாம் வயதில் குடும்பத்துடன் சென்னைக்குக் குடியேறினார். *கணையாழி* மாத இதழின் ஆசிரியராக பல ஆண்டுகள் பணியாற்றினார்.

1951 முதல் தமிழிலும் ஆங்கிலத்திலும் எழுதினார். சிறுகதை, குறுநாவல், நாவல், கட்டுரை, விமர்சனம், சுய அனுபவப் பதிவு போன்ற பிரிவுகளில் 60 நூல்களுக்கு மேல் எழுதியிருக்கிறார். பல இந்திய மொழிகளிலும் சில ஐரோப்பிய மொழிகளிலும் இவரது நூல்கள் மொழிபெயர்க்கப்பட்டுள்ளன. 1973இல் அமெரிக்காவின் அயோவா பல்கலைக்கழகத்தின் எழுத்தாளர்களுக்கான சிறப்புப் பயிலரங்கில் கலந்து கொண்டவர்.

1996ஆம் ஆண்டு சாகித்திய அக்காதெமி விருது பெற்றார்.

அசோகமித்திரன் தனது 85வது வயதில், 23.03.2017 அன்று சென்னை வேளச்சேரியில் காலமானார்.

மனைவி: ராஜேஸ்வரி. மகன்கள்: தி. ரவிசங்கர், தி. முத்துக்குமார், தி. ராமகிருஷ்ணன்.

அசோகமித்திரனின் பிற நூல்கள்
(காலச்சுவடு வெளியீடு)

நாவல்
- 18வது அட்சக்கோடு (கிளாசிக் வரிசை)
- ஒற்றன்!
- யுத்தங்களுக்கிடையில் . . .
- ஆகாயத் தாமரை
- தண்ணீர் (கிளாசிக் வரிசை)
- இந்தியா 1944 – 48
- மானசரோவர் (கிளாசிக் வரிசை)
- இன்று

சிறுகதை
- ஐந்நூறு கோப்பைத் தட்டுகள் (கிளாசிக் வரிசை)
- வாழ்விலே ஒரு முறை (முதல் சிறுகதைத் தொகுப்பு வரிசை)
- அழிவற்றது
- 1945இல் இப்படியெல்லாம் இருந்தது . . .
- இரண்டு விரல் தட்டச்சு
- அசோகமித்திரன் சிறுகதைகள் (முழுத் தொகுப்பு)
- அமானுஷ்ய நினைவுகள்

குறுநாவல்
- இன்ஸ்பெக்டர் செண்பகராமன்
- அசோகமித்திரன் குறுநாவல்கள் (முழுத் தொகுப்பு)
- மணல் (கிளாசிக் வரிசை)

கட்டுரை
- எரியாத நினைவுகள் (கிளாசிக் வரிசை)
- சில ஆசிரியர்கள் சில நூல்கள்
- படைப்புக்கலை
- ஒரு பார்வையில் சென்னை நகரம்
- ஆடிய ஆட்டமென்ன
- திரைக்குப் பின்

அசோகமித்திரன்

கரைந்த நிழல்கள்

காலச்சுவடு பதிப்பகம்

அன்பார்ந்த வாசகருக்கு,

வணக்கம்.

காலச்சுவடு நூலை வாங்கியமைக்கு நன்றி.

நூலின் உள்ளடக்கம், உருவாக்கம், அட்டைப்படம் இன்ன பிற அம்சங்கள் பற்றிய உங்கள் கருத்துகளையும் ஆலோசனைகளையும் காலச்சுவடு வரவேற்கிறது. தகவல், எழுத்து, வாக்கியப் பிழைகள் தென்பட்டால் அவசியம் தெரிவித்து உதவுங்கள். நூல் தயாரிப்பில் கடும் குறைபாடு இருப்பின் மாற்றுப் பிரதி உங்களுக்குக் கிடைக்கக் காலச்சுவடு ஏற்பாடு செய்யும்.

மின்னஞ்சல்: publisher@kalachuvadu.com

காலச்சுவடு நாகர்கோவில் அலுவலகத்திற்குக் கடிதம் அனுப்பலாம்.

தங்கள்
எஸ்.ஆர். சுந்தரம் (கண்ணன்)
பதிப்பாளர் – நிர்வாக இயக்குநர்

கரைந்த நிழல்கள் ❖ நாவல் ❖ ஆசிரியர்: அசோகமித்திரன் ❖ © ராஜேஸ்வரி, தி. ரவிசங்கர், தி. முத்துக்குமார், தி. ராமகிருஷ்ணன் ❖ முதல் பதிப்பு: 1970 ❖ காலச்சுவடு முதல் பதிப்பு: டிசம்பர் 2017, திருத்தப்பட்ட மூன்றாம் பதிப்பு: ஆகஸ்ட் 2020, பதினைந்தாம் பதிப்பு: மார்ச் 2025 ❖ வெளியீடு: காலச்சுவடு பப்ளிகேஷன்ஸ் (பி) லிட்., 669, கே.பி. சாலை, நாகர்கோவில் 629001

karainta nizalkaL ❖ Novel ❖ Author: Ashokamitran ❖ © Rajeswari, T. Ravishankar, T. Muthukumar and T. Ramakrishnan ❖ Language: Tamil ❖ First Edition: 1970 ❖ Kalachuvadu First Edition: December 2017, Revised Third Edition: August 2020, Fifteenth Edition: March 2025 ❖ Size: Demy 1 x 8 ❖ Paper: 18.6 kg maplitho ❖ Pages: 168

Published by Kalachuvadu Publications Pvt. Ltd., 669 K.P. Road, Nagercoil 629001, India ❖ Phone: 91-4652-278525 ❖ e-mail: publications @kalachuvadu.com ❖ Printed at V.S Graphics, 79/36 Mirbakshi Ali Street, Royapettah, Chennai 600014

ISBN: 978-93-86820-41-9

03/2025/S.No. 822, kcp 5649, 18.6 (15) 9ss

'நான் எழுதலாம்' என்ற என்.வி. ராம நரசுவுக்கு;
'நான் எழுதுகிறேன்' என்ற நகுலனுக்கு

முன்னுரை

வீழ்ந்தவர்களின் சோகச் சித்திரம்

> தமிழ் சினிமா பத்தி எனக்குத் தெரியாது. ஆனா 14 வருஷம் அந்தத் துறையில இருக்குற வனுக்கு அதுல விஷயம் இருக்கும் இல்லையா? இதெல்லாம் அசாதாரணமான நிகழ்ச்சிகளா நான் நெனைக்கல. இந்த மாதிரி நான் வேற ஒரு துணி உற்பத்தி செய்யறதுல இருந்தா அது சம்மந்தமா எழுதி இருப்பேன். அரசாங்க சம்மந்தப்படுத்தின வேலையா இருந்தா அதை எழுதி இருப்பேன். ஆனா நான் யாரையும் இழிவு படுத்தி எழுதணும்னு நெனைச்சு எழுதினது கிடையாது. ரெண்டு லட்சியங்கள் உண்டு. ஒண்ணு: யாருகிட்டயும் விரோதம் பாராட்டக் கூடாது. ரெண்டு: புறம் பேசக்கூடாது.
>
> – அசோகமித்திரன் (*தீராநதி நேர்காணல்*)

சினிமா என்பது நம்மிடையே திருவிழாவாகப் பாவிக்கப்படுகிறது. அன்றாட வாழ்வின் களைப்பில் திணறும் சாமானியனுக்கான கொண்டாட்டமாக, சினிமா திகழ்கிறது. திரையில் ஜொலிக்கும் நாயகன் ஒரு சாமானியனுக்குத் தலைவனாக, கடவுளாகத் தோன்றுகிறான். அரசியல் பீடத்தின் பெரும் இடத்தை சினிமா நட்சத்திரங்களே ஆக்கிரமிக்கின்றார்கள். பொது இடத்தில் சினிமாக்காரர்களை மக்கள் முற்றுகையிடுகிறார்கள். அவர்களைக் காண்பதை

வாழ்வின் பொன்னான தருணமாகப் போற்றுகிறார்கள். இப்படியான சமூகத்தில் சினிமாவைக் களமாகக் கொண்ட நாவல் வெளியாகிறது. நாவலில் திரைக்குப் பின் பணியாற்றும் பல்வேறு ஜீவன்களின் யதார்த்த வாழ்வு பதிவாகிறது. திரைத்துறையினரின் இருண்ட பகுதியைக் காண்கிறார்கள். கண்டிராத உலகத்தைக் காண்கையிலும், இதுவரை இருந்த வேறொரு பிம்பத்தை, பொதுப் புத்தியைத் தகர்த்தெறியும்போதும் அப்படைப்பு புதுமையாகவும், அறியாத உலகத்தைத் தரிசிப்பதாகவும் இருப்பதால் அது சினிமா சார்ந்த நாவல், சினிமாக்காரர்களின் கதை என வாசகர்களால் அடையாளப்படுத்தப்படுகிறது. ஆனால், அறிந்திராத உலகை யதார்த்தத்துடன் உள்ளது உள்ளபடி சித்திரிப்பதல்லவே இலக்கியம்! மீண்டும் மீண்டும் இதே போன்ற வரிகளை எதிர்கொள்ள நேரும் அசோகமித்திரனை, ‘இந்த நாவலில் அந்த ஸ்டூடியோவும் சினிமாவும் அவ்வளவு முக்கியமல்ல. இது மனிதர்களைப் பற்றியது. ஓர் அந்தரங்கத்தோடு, ஓர் உரிமையோடு எழுதப்பட்டது என்பது தான் முக்கியம். பிற்காலத்தில் இது ஒரு நல்ல நாவல் என்றில்லாமல் இது சினிமாத் துறை பற்றிய ஒரு நல்ல நாவல் என்று கூறப்படுமானால் நான் தோல்வியடைந்தவனாவேன்’ என்று உணரச் செய்கிறது.

‘கரைந்த நிழல்கள்’, 1967ஆம் ஆண்டு *தீபம்* மாத இதழில் தொடராக வெளிவரத் தொடங்கியது. அதற்குப் பத்தாண்டுகளுக்கு முன்பாகவே வேறொரு நாவலின் பகுதியையும் ஒரு குறுநாவலையும் அசோகமித்திரன் எழுதியிருந்தபோதும் பிரசுரமாகிய முதல் நாவல் இதுதான் என்பதால் இந்நாவலுக்குப் பிரத்யேகமான சிறப்பம்சம் வாய்த்திருக்கிறது. ஐம்பது வருடங்கள் – பொன்விழா ஆண்டு – ஆகிவிட்டன. அறுபதுகளின் மெட்ராஸ் இப்போது அதன் சிறு தடயமுமின்றி உருமாறிவிட்டது. சினிமாவின் தொழில்நுட்ப வளர்ச்சி கட்டுக்கடங்காமல் பல்கிப் பெருகிவிட்டது. ஸ்டாக் ஷாட் பிஸினஸ் தற்போது வழக்கத்தில் இல்லை. ஆனால், நாவலில் வலம்வரும் அந்த மனிதர்களை இன்றும் தரிசிக்கலாம். அவர்கள் வேறொரு சாயலில் திரிந்துகொண்டிருக்கிறார்கள். உடலை ஊடுருவி விடும்போல் பிரகாசமான விளக்குகளின் ஒளியில் நடனமாடும் கோஷ்டிப் பெண்களின் மீதான வியர்வை நெடி இன்றும் வீசுகிறது. டீயையும் புகையையும் மட்டுமே ஆகாரமாகக்கொண்டு வாழும் உதவி இயக்குநர்கள் மிகச் சிறிய அறைகளில் வசிக்கிறார்கள். பிச்சை எடுத்துத் திரியும் நடராஜன்களை மெட்ராஸின் ஏதேனும் தெருக்களில் இன்றும் காணலாம். இந்த மனிதர்களாலேயே இந்நாவல் அதன் மெருகு குலையாமல் அதே வசீகரத்துடன் இன்றும் மிளிர்கிறது.

'கரைந்த நிழல்கள்' பத்து அத்தியாயங்களாகப் பிரிக்கப் பட்டிருக்கிறது. ராம்நாராயணனால் 2007ஆம் ஆண்டு இந்நாவல் ஆங்கிலத்தில் மொழிபெயர்க்கப்பட்டு 'ஸ்டார் – க்ராஸ்ட்' *(Star-Crossed)* எனும் பெயரில் வெளியானது. அப்பதிப்பில் ஒவ்வொரு அத்தியாயமும் கதாபாத்திரங்களின் பெயர்களால் (நடராஜன், சம்பத், ரெட்டியார், ராஜ்கோபால், சிட்டி, மாணிக்கராஜ், நடேச மேஸ்திரி, ராம ஐயங்கார், பாச்சா, சோமநாதன்) தலைப்பிடப் பட்டிருக்கின்றது. பிரதானமான பத்து பாத்திரங்களின் வெவ்வேறு பத்து கதைகள், சினிமா எனும் பின்னணியினாலும் பாத்திரங் களுக்கிடையேயான உறவுகளாலும் சம்பவங்களின் கோவை யினாலும் பிணைக்கப்பட்டுக் கச்சிதமான நாவலாக உருக்கொண் டிருக்கிறது. இம்மாதிரியான கச்சிதம் குறித்தும் நுட்பங்கள் குறித்தும் ஏனோதானோ என்று, அது என்னவோ அதுவாகவே நடந்தது என்பது போல அசோகமித்திரன் குறிப்பிட்டாலும் இலக்கிய உத்திகளைக் கையாள்வதில் தமிழர், உலகத்தில் எந்த எழுத்தாளருக்கும் குறைந்தவரில்லை என்று நிரூபிப்பது தன் நோக்கமாக இருந்தது எனும் எண்ணத்தையும் வெளிப்படுத்தி யிருக்கிறார் அசோகமித்திரன். நடராஜன், உறங்கிக்கொண்டிருக்கும் அம்மா, மனைவி, மூன்று குழந்தைகளைத் தொந்தரவு செய்யாமல் எழுந்து சென்று கேமராமேன், கேமரா அஸிஸ்டெண்ட், டான்ஸ் மாஸ்டர், கோஷ்டி நடனப் பெண்கள், டெய்லர், டைரக்டர், அஸிஸ்டன்ட் டைரக்டர், மேக்கப் ஆர்ட்டிஸ்ட் என ஒவ்வொரு வரையும் ஒருங்கிணைத்து, வேண்டிய முன்னேற்பாடுகள் செய்து, ஷூட்டிங் ஸ்பாட்டிற்கு விரைந்து செல்கையில் நடராஜன் அசந்து உறங்குவதாக முதல் அத்தியாயம் முடிகிறது. டேமியன் சாஸில்லின் இயக்கத்தில் வெளியாகிய 'லா லா லேண்ட்' திரைப்படத்தின் துவக்கக் காட்சி; ஒரு பாலத்தின் மேலே, டிராஃபிக்கில் மாட்டிக்கொள்பவர்களில் ஒருவர், பாடிக் கொண்டே ஆடத் துவங்க ஒருவர் பின் ஒருவராகப் பெருங் கூட்டமே இணைந்துகொள்ளும். ஒரே ஷாட்டில் எடுக்கப்பட்ட காட்சி அது. முதல் பாத்திரத்தில் தொடங்கி ஒருவர் பின் ஒருவராகக் கேமரா பின்தொடர்ந்து நாயகன் நாயகி அறிமுகத்தோடு அந்த ஷாட் நிறைவுறும். இந்தப் பாடலைக் காண்கையிலும் நாவலின் முதல் அத்தியாயத்தை வாசித்து முடிக்கையிலும் கிட்டும் மனநிலை ஒன்றுதான். ஏறக்குறைய நாற்பது கதாப்பாத்திரங்கள் முதல் அத்தியாயத்தில் வருகிறார்கள். சிறியதும் பெரியதுமாகச் சுமார் நூறு பாத்திரங்கள் நாவலில் வலம் வருகின்றனர். ஒவ்வொருவரின் செயலிலிருந்தும் உரையாடலிலிருந்தும் அவர் களின் இயல்பைத் துல்லியமாகப் புலப்படுத்தும் நுட்பமான சித்திரிப்புகளால் விவரிக்கிறார் அவர். அர்த்தராத்திரியில் கண்

விழித்து அவுட்டோர் ஷூட்டிங்கிற்குத் தயாராகும் நடராஜனிட மிருந்து (நடராஜனுக்கு முன்பாகவே அவனை அழைத்துச் செல்லும் கார் டிரைவரின் பொழுது விடிந்து விட்டிருக்கிறது) நாவல் துவங்கி, கால் வீங்கி நடக்கவும் முடியாமல் கண்ணும் தெரியாமல் கிட்டத்தட்ட பிச்சை எடுத்துக் கொண்டிருக்கும் நடராஜனின் வீழ்ச்சியில் நிறைவுறுகிறது. நடராஜனின் பெயர் குறிப்பிடப்படாமல் சிறு குறிப்பாக இத்துயரம் பதிவாகிறது. அவரது அம்மா, மனைவி தங்கம், மூன்று குழந்தைகள் ஆகியோரின் துயரம் சொல்லாமல் சொல்லிச்சென்ற ஒன்று. இப்படியாக அசோகமித்திரன் இட்டுச் செல்லும் மௌனங்கள் நமது கவனத்தை ஈர்க்கும் அடர்த்தியைக் கொண்டிருப்பவை. தொழில் நன்கறிந்த ஃபர்ஸ்ட் க்ளாஸ் புரொடக்ஷன் மேனேஜர் நடராஜனிடம் அடுத்து நீ எப்போது படம் தயாரிக்கப்போகிறாய் என இயக்குநர் ஓரிடத்தில் கேட்கிறார். திறமையிருந்தும் அனுபவ மிருந்தும் சினிமா அவரை வீழ்த்துகிறது. இந்நாவல் வீழ்ந்துபோகும் மனிதர்களின் துயரார்ந்த கதைகளைக் கொண்டிருக்கிறது. ஓரிருவர் முன்னேறியது போன்ற தோற்றம் கொண்டிருந்தாலும் அது மாயையே!

முதலாளி ரெட்டியார் எல்லாவற்றையும் இழந்துகொண் டிருப்பவர். ஆத்திரம், கோபம், கவலை என மூச்சுமுட்டத் திரிபவர். ஆனால், அவருக்குள் மென்மையான மனது இருக்கிறது. அன்பையும் கருணையையும் வலியுறுத்தும் அசோகமித்திரனின் இயல்பு இந்தப் பாத்திரத்தில் துலக்கமாக வெளிப்படுகிறது. ஜயசந்திரிகாவினால் பெரும் மனஉளைச்சலுக்கு ஆளாகியிருக்கும் ரெட்டியார் அவளை நேரடியாக சந்தித்து 'ஒவ்வொருவரும் ஒவ்வொன்று சொல்கிறார்கள், உனது பாவாடையைத் தூக்கிப் பரிசோதித்துப் பார்க்கும் அவகாசம் எனக்கில்லை' எனக் கோபத்தில் ஆவேசமாகப் பேசுகிறார். பின்பு சில நிமிடங்களில் மனமிறங்கி, 'இதற்கெல்லாம் பெருசா வருத்தப்பட்டுக்கொள்ளாதே, பாப்பா. இன்னும் ஒண்ணுகூட இப்போ நான் சொல்லிடலாம். உங்க அம்மாவை அவள் வைத்தீஸ்வரன்கோவிலிலேந்து இங்கே வந்த முப்பது வருஷங்களாகத் தெரியும். ஒருவேளை உனக்குத் தகப்பனே நான்தானோ என்னவோ?' என்கிறார். சட்டென ரெட்டியாரின் மனதில் ஏற்படும் மாற்றம், மென்மை, அன்பு ததும்பும் சொற்கள் என நம்மை கனத்த மனநிலைக்கு இட்டுச் செல்கின்றன. கடும் நெருக்கடியிலான சூழ்நிலையில் ரெட்டியாரை சாஸ்திரி சந்திக்கிறார். ரெட்டியாரிடம் சாஸ்திரி, 'உங்களை மாதிரி பிரபுக்களுக்கு சாதாரண விஷயம், உங்களைப் போன்ற குபேராபதிகளின் சம்ரக்ஷணைகளால்தான் என் போன்ற ஏழைப் பிராமணன் சம்சாரம் நடத்த முடியும், அந்த சர்வேஸ்வரன்

உங்களுக்குச் சகல சம்பத்துகளும் தருவான், உங்களுடையது மாதிரி கம்பெனியில் வேலை செய்ய தம்பி ஆசைப்படுகிறான்' என முகஸ்துதி புரிகிறார். இக்கட்டான சூழ்நிலையில் இப்படியான சம்பாஷணைகளை எதிர்கொள்கையில் அதிலிருந்து பட்டும் படாமலும் விலகி ஓட நினைப்பவரிடம், தொடர்ந்து இன்றே தம்பியை வரச் சொல்வதாக இம்சிக்கிறார். சாஸ்திரியைப் பொருட் படுத்தாமல் ட்ரைவரைக் குரலுயர்த்தி அழைத்து வண்டியில் ஏறிக் கதவை வேகமாகச் சாத்தும் ரெட்டியார், இரண்டொரு நொடிகளில், இங்கே வாருங்க பந்துலுகாரு, உங்கள் தம்பியை இன்று மாலையே வரச் சொல்லுங்கள் என்கிறார். தன்னை வருத்தியேனும் பிறருக்காக வாஞ்சையுடன் பழகும், பிரதிபலன் எதிர்பாராத அன்பைப் பொழியும் குணம் பல்வேறு கதாபாத்திரங் களின் இயல்பாக இருக்கிறது.

கடைநிலை ஊழியனிடமிருந்து முதலாளி வரை ஒவ்வொரு படிநிலையிலுமிருக்கும் மாந்தர்களிடம் தென்படும் பாசாங்கான உறவு; தனக்குக் கீழிருக்கும் ஊழியன் போலியாகவேனும் தனக்கு மரியாதை செலுத்த வேண்டுமென்பது இயல்பான எதிர்பார்ப்பாகவும் அதை மீறும்போது அவர்களிடம் எரிந்துவிழுபவர் களாகவும், தனக்கு மேலேயிருக்கும் ஒருவரிடம் கூழைக்கும்பிடு போடுவதற்குத் தயங்காதவர்களாகவும் இருக்கின்றனர். சம்பத், ராஜ்கோபாலிடம் நடந்துகொள்ளும் விதம் முன்பு ஒருமாதிரியும் சந்திரா கிரியேஷனிலிருந்து வெளியேறிய பின்பு வேறொன்றாகவும் இருக்கிறது. ராஜ்கோபாலிடம் இணக்கமிருப்பதாகச் சிட்டி பேசினாலும் அவனது நடவடிக்கை அதற்கு முற்றிலும் எதிராக இருக்கிறது. இதை உணர்ந்தேதான் ராஜ்கோபாலும் அவனுடன் பழகுகிறான். சிறிய நாவலில், இத்தனை கதாபாத்திரங்களைத் (மௌனமாக வலம்வருபவர்களும்கூட) தனித்தன்மையுடன் வார்த்திருப்பது மனிதர்களைக் கூர்ந்து அவதானிக்கும் அசோகமித்திரனின் இயல்பினால் சாத்தியமாகிறது. இது மேதைகளுக்கே உரிய பாங்கு. தஸ்தயேவ்ஸ்கியின் பாத்திர வார்ப்பு குறித்துச் சிலாகிக்கப்படுவதற்கு நிகராக இங்கே நாம் அசோகமித்திரனைக் கொண்டாடலாம்.

நான்கு மாதங்களாக ஒரு சம்பாத்தியமுமின்றி, குச்சி யால் தனது துணியை எடுத்தெறியும் அண்ணனின், பழைய சோற்றைப் போடும் அம்மணியின், அவமானங்களில் உழலும் இணைஇயக்குநரான ராஜ்கோபால், வாய்ப்பு தேடிச் செல்கிறான். பசி. அசோகமித்திரன் எழுதுகிறார்: 'சின்ன வாழைப்பழமானாலும் பத்து பைசா சொன்னான் சோடா கடைக்காரன். ஜகந்நாத் ராவ் வீட்டில் சாப்பிட்டிருக்கலாம். ஆனால் அங்கே சாப்பிடுவதற்கு

என்று காத்திருக்க ஆரம்பித்துவிட்டால் அப்புறம் கிளம்பி வடபழனி வர மத்தியானத்துக்கு மேல் ஆகிவிடும். ராஜ்கோபாலுக்கு வாழைப்பழத்தின் இனிப்பு இனியும் வாயில் தங்குவது தாங்க முடியவில்லை. அவனுக்கு அன்றைய தினத்தின் முதல் சிகரெட்டாகிய அந்த சார்மினாரின் முரட்டுக் கசப்புப் புகை ஒரு அமைதியைத் தந்தது.'

நாவலின் இறுதி அத்தியாயத்தில் வேலுவும் ஷண்முகமும் 'அவனது' உடைக்கு இஸ்திரி போடுவது, பாத்திரம் கழுவுவது எனப் பணிவிடைகள் புரிகிறார்கள். தரையில் இலை போட்டு மூடிவைத்திருந்த இட்லிக் குவியல் அவன் கண்ணிலேயே படாதது மாதிரிதான் ஷண்முகம் இருக்க முயன்றான், ஆனால் அவன் கண் அடிக்கடி அந்தப் பக்கம் போகத்தான் செய்தது என்று எழுதுகிறார். எளிய மனிதர்களின் வாழ்வை, துயரத்தைப் படைப்பாக்கும்போது அவை பெரும்பாலும் வாசகர்களின் அனுதாபத்தை, குற்ற உணர்ச்சியை விலையாக்குபவையாகவோ அல்லது அவற்றை எதிர்பார்ப்பவையாகவோ இருக்கின்றன. ரொமான்டிசைஸ் செய்யப்பட்டதாக, மிகைஉணர்ச்சி ததும்பச் சித்திரிக்கப்படுபவையாக எழுதப்படுகின்றன. அசோகமித்திரனின் துயரார்ந்த சித்திரிப்புகள், மௌனங்களால் உணர்த்தப்படுபவை; இடைவெளிகளால் நிரப்பப்படுபவை.

சந்திரா கிரியேஷன்ஸின் வீழ்ச்சியைச் சொல்லும் ஏழாவது அத்தியாயத்தின் இறுதிப் பகுதி துயரத்தின் உச்சம். சந்திரா கிரியேஷன்ஸின் வீழ்ச்சிக்குப் பின்பாக எழும் விநாயகா ஸ்டூடியோவின் வளர்ச்சியைச் சொல்லும் அத்தியாயத்தில் இத்துயரம் பதிவாகிறது. சந்திரா கிரியேஷன்ஸ் கடைசியாகப் படப்பிடிப்பு நடத்திய திரைப்படத்தின் கிளாப் பலகை (அதிலிருந்த எழுத்துகள் இன்னும் அழியாமல் இருக்கின்றன), ஃபோட்டோ ஆல்பம், ஃபைல்ஸ் எல்லாம் (சந்திரா கிரியேஷன்ஸின் கடைநிலை ஊழியனான முனுசாமி, வாஞ்சையோடும் உரிமையோடும் இவற்றைச் சேகரிக்கிறான்) அறையின் மூலையில் தூக்கி எறியப்படுகின்றன. சந்திரா கிரியேஷன்ஸில் பணிபுரியும் பல்வேறு ஊழியர்களின் வாழ்வு ஒரு பகுதியாகவும் சந்திரா கிரியேஷன்ஸின் வீழ்ச்சிக்குப் பின்பாக அவர்களின் நிலைமை என்னவாக மாறியது என்பது நாவலின் இன்னொரு பகுதியாகவும் இருக்கின்றன.

துயரத்தையும் தோல்வியையும் பேசும் நாவலில் கிளாமர் சைட் குறித்து ஏன் எழுதவில்லை எனும் கேள்வியை அசோகமித்திரனிடம் முன்வைக்கும்போது, 'கிளாமர் சைடு என்று எதைச் சொல்கிறீர்கள்? அவர்களில் பலரும் என்னிடம் அழுதிருக்கிறார்கள்.

ஆண்களுக்கு வேண்டுமானால் பளபளப்பான உலகமாக இருக்க லாம். பெண்கள் ரொம்ப கஷ்டப்படுவார்கள். ஜெமினி கணேசன் ரொம்ப சந்தோஷமாக, உற்சாகமாக இருப்பார். அவருக்காக நான் கோஸ்ட் ரைட்டிங்க்கூடப் பண்ணியிருக்கிறேன். 'சினி அட்வான்ஸ்' என்று ஒரு பத்திரிகை. அதற்கு ஒரு பையன், அப்போது பையன்தான், கமால் கோஷ் என்று பெயர். போட்டோகிராபர். அவனுக்கு ஆங்கிலம் அவ்வளவு வராது. தமிழும் தெரியாது. ஆனால் ரொம்ப நல்ல பையன். 'சினி அட்வான்'ஸில் அவனுக்குக் கொஞ்சமான சம்பளம். அவன் வீட்டுக்கெல்லாம் நான் போயிருக் கிறேன். சின்ன வீடு. ஒரே அறை. அதற்குள்ளேயே ஒரு மூலையில் கொட்டகை மாதிரி ஒன்றைப் போட்டிருப்பான். அதுதான் அவனுடைய டார்க் ரூம். 'இதிலேயே இருந்தா டி.பி. வந்துவிடுமே' என்று அவனிடம் சொல்லியிருக்கிறேன். அப்புறம் அவனுக்குக் கல்யாணம் ஆயிற்று. அதற்குப் பிறகு அவன் சரியாகிவிட்டான். போட்டோ எடுத்துவிட்டு என்னிடம் வந்து 'சார், சார், ஒரு ஸ்மால் ரைட்டிங்' என்று கேட்பான். அப்படி அவனுக்காக ஜெமினி கணேசன் எழுதுவது மாதிரி எல்லாம் எழுதிக் கொடுப்பேன். சினிமாவில் இந்த மாதிரி மனிதர்களைத்தான் நான் அதிகம் பார்த்தேன். இவர்கள் வாழ்க்கையில் என்ன கிளாமர் இருக்கிறது? இவர்கள் வாழ்க்கைதான் எழுதக்கூடியது என்று நினைத்தேன். ஒருவேளை அதனால்தான் கிளாமரான பக்கத்தை என்னால் எழுத முடியவில்லை என்று நினைக்கிறேன்' என்பது அவரது பதிலாக இருக்கிறது.

ஸ்டாக் ஷாட் பிசினஸ் என்றொரு வரி நாவலில் வருகிறது. அதிகப் பொருட்செலவைக் கோரும் அரிய காட்சிகளை அயல் சினிமாவிலிருந்து கத்தரித்து அதை இங்கே இணைத்துக்கொள்ளும் வழக்கம் அப்போது இருந்திருக்கிறது. அதை ஒரு தொழிலாகப் பலரும் மேற்கொண்டிருந்திருக்கின்றனர். தொழில்நுட்பத்தின் அபரிமிதமான வளர்ச்சியால் தற்போது அதற்கெல்லாம் தேவை யில்லாமல் போய்விட்டது. வேஸ்ட் ஃபிலிம் வியாபாரம், தமிழ்ப் படங்கள், தமிழர்கள் தயாரிக்கும் ஹிந்திப் படங்களை வெளியிடத் தடை கோரி வடக்கே போராட்டம், ஹிந்திக்கு எதிரான நமது அரசியல் என அப்போதைய சூழலைக் புரிந்துகொள்வதற்கான, அறுபதுகளின் சினிமா குறித்த, சென்னை பற்றிய ஆவணமாகவும் இந்நாவல் இருக்கிறது. கதாப்பாத்திரங்களின் பெயர்களும் அவர்களது சாதிய அடையாளங்களும் சினிமாவில் எத்தகைய ஆதிக்கத்தைச் செலுத்தியிருந்தன என்பது நாவலில் மறைமுகமாக உணர்த்தியிருக்கும் அம்சங்கள். அதேபோல, சினிமா துறையின் அவலங்களையும் அபத்தங்களையும் சாடும் தன்மை பகடியாக

வெளிப்படுகிறது. தென்னிந்திய வர்த்தக சபைத் தலைவரைப் பற்றிக் குறிப்பிடும்போது, ஆசியாவிலேயே மிகப் பெரிய ஸ்டூடியோவின் முதலாளியாக இருந்ததோடுகூட உருளைக் கிழங்கு வியாபாரத்திலும் முன்னணியில் இருந்தார் என்கிறார் தமிழ் வாத்தியாராக இருந்து வாரப் பத்திரிகையில் எழுதிய கதை ஒன்று பிரபலமடையவே ராசிக்கார வசனகர்த்தாவாக மாறிவிடும் மணிமுடி, வாத்தியார் வேலையை விட்டுவிட்டு அரை டஜன் பட்டு ஜிப்பாக்கள் தைத்துக்கொள்கிறார். சந்திரா கிரியேஷன்ஸ் பாதியில் கைவிட்ட முழுப்படத்தையும் பார்த்துவிட்டு கதையே புரியவில்லை எனும் மணிமுடியிடம், ‘இதை எடுத்தவரு தெலுங்கர். கதை எழுதியவர் தெலுங்கர். டைரக்ட் பண்ணினவரும் தெலுங்கர். போறாததுக்கு கம்யூனிஸ்ட்’ என்கிறார் ராம ஐயங்கார். திரைப் படங்களில் சோக அம்சம் தூக்கலாகத் தென்படும் தன்மை, கதாநாயகர்களின் பெண்மை, எதற்கெடுத்தாலும் கண்ணீர் உகுக்கும் நடிகர் போன்ற அபத்தங்களும் ஒன்றுமறியாதவன் புகழின் உச்சிக்குச் செல்வதும் திறமைசாலி பிச்சை எடுத்துத் திரியும் அவலங்களும் இன்றும் தொடர்ந்துகொண்டிருப்பது விநோதமானதுதான்.

எளிமையான உரையாடலால் எளிமையான வார்த்தைகளில் எளிமையானவர்களின் வாழ்வைச் சித்திரிப்பவை என எளிமை எனும் சொல்லால் அடையாளப்படுத்தப்படும் அசோகமித்திரனின் படைப்புகள் எளிமை போன்ற பாசாங்கைக் கொண்டிருப்பவை. ஒவ்வொரு பாத்திரமும் முன்பே அறிமுகப்படுத்தப்பட்டுப் பின்பு அடுத்தடுத்த அத்தியாயங்களில் துலக்கம் பெறுகின்றது. முதல் அத்தியாயத்தில் இடம்பெற்ற ஏதோ ஒரு பாத்திரம் இறுதியில் எட்டிப்பார்க்கிறது. வாசகர்களை நுட்பமாகப் பின்தொடரப் பணிக்கும் எழுத்துகள் அசோகமித்திரனுடையவை. அதனால்தான் அவை ஒவ்வொருவருக்கும் ஒவ்வொரு மாதிரி யாகத் தோன்றுகின்றன. அவர் தனது படைப்புகளில் எதையும் விளக்க முற்பட்டதில்லை. கதாபாத்திரங்களின் மீது தனது நிலைப்பாட்டைத் திணித்ததில்லை. அசோகமித்திரனின் குரலை அவரது படைப்புகளில் கண்டுகொள்வதென்பது அரிதான காரியம். அவன் இப்படி நினைத்தான், அவள் வருந்தினாள் என அவர் எழுதியதில்லை. கதாபாத்திரங்களின் உணர்வுகளும் எண்ணங்களும் அவர்களின் செயலின் மூலம் உரையாடல்களின் வழி வாசகன் அறிந்துகொள்வதாக இருக்கின்றன. ஒரு உரை யாடலில், ஒரு சொல்லில், சிறு மௌனத்தில் உணர்த்திச் செல்லும் நுட்பம் வாய்ந்தவை.

எளிமை, கச்சிதம், அன்பு, கருணை, இழையோடும் நகைச் சுவை, பகடி, மறைபொருள், உட்பிரதி, நுட்பமான உரையாடல்கள், வர்ணனைகள் மூலம் கதைக்களத்தைத் துல்லியப்படுத்துதல், கச்சிதமான பாத்திர வார்ப்பு எனப் பின்னாளில் சிலாகிக்கப்பட்ட அசோகமித்திரன் படைப்புகளின் சிறப்பம்சங்கள் அனைத்தும் அவரது முதல் நாவலிலேயே புலப்படுகின்றன. ஆரம்பம் தொட்டே இலக்கியத்தின் மீதிருந்த அவரது நிலைப்பாட்டின் தீர்க்கத்தைப் புரிந்துகொள்ள இந்நாவல் சாட்சியாய் நிற்கிறது. நாவலின் பல்வேறு கதாபாத்திரங்களை நிஜமான மனிதர்களுடனும் நாவலில் இடம்பெறும் சம்பவங்கள், குறிப்பிடப்படும் திரைப் படங்கள் ஆகியவற்றை வேறொன்றுடன் ஒப்பிட்டும் சிலாகிக்கும் அக்காலத்திய வாசகர்கள் சிலரின் உரைகளைக் கேட்டிருக்கிறேன். அத்தகைய வாசிப்புக் கிட்டியவர்கள் பாக்கியவான்களே!

சென்னை **த. ராஜன்**

அக்டோபர் *12, 2017*

(காலச்சுவடு கிளாசிக் நாவல் வரிசைக்காக எழுதப்பட்டது)

ஒன்று

அந்தக் குறுகலான சந்தில் அதிகம் ஓசைப் படாமலேயே வந்த கார் நிற்கும்போது மட்டும் ஒருமுறை சீறியது. நன்றாக விழித்திருந்த நடராஜன் ஹார்ன் சத்தமும் கேட்டவுடன், 'வந்துட்டேன் முருகேசா!' என்று குரல் கொடுத்தான். ஏராளமான கொசுக்கள் அவன் முகத்தையும் கழுத்தையும் இன்னமும் சுற்றிக்கொண்டிருந்தன. ஒரு கோழி முட்டை விளக்கின் வெளிச்சம் அந்தச் சிறு அறையில் அடுக்கிவைத்திருந்த மிகச் சொற்பமான வீட்டுச் சாமான்களையும் தரையில் வெவ்வேறு கோணங்களில் படுத்துத் தூங்கிக்கொண்டிருந்தவர்களையும் ஒரு மாதிரிப் புலப்படுத்தியது. அவன் அம்மா ஒரு சாக்கு விரிப்பில் படுத்திருந்தாள். மனைவியும் கைக்குழந்தையும் ஒரு பழம் புடவையைப் போட்டுக் கொண்டு படுத்திருந்தார்கள். மற்ற குழந்தைகளுக்கும் பழம் புடவை அல்லது வேஷ்டி விரித்திருக்கக் கூடும். ஆனால் அவை மூன்றும் தரையில்தான் கிடந்தன.

நடராஜன் அடிமேல் அடி எடுத்துவைத்து அந்த விளக்கருகே சென்றான். அவ்வளவு சிறிய இடத்தில் படுத்திருந்த ஐந்து பேர்களில் ஒருவரைக்கூட மிதிக்காமல் உதைக்காமல் செல்வது சாத்தியமான காரியமாக இல்லை. விளக்குடன் அந்தச் சிறு அறையை அடுத்தாற்போல் இருந்த சமையலறைக்குச் சென்று முகத்தைக் கழுவிக்கொண்டான். முன் அறையைவிடச் சமையலறை இன்னமும் சின்னது.

அதிலேதான் அவர்கள் எல்லாரும் குளிக்க வேண்டும், சமைத்துக் கொள்ள வேண்டும், சாப்பிட வேண்டும், அவன் அம்மாவின் மடி ஆசாரத்தைப் பாதுகாக்க வேண்டும்.

ஹார்ன் இன்னொரு முறை அமைதியைச் சிதற அடித்தது. நடராஜன், 'இதோ வந்துட்டேன்!' என்று மறுபடியும் குரல் கொடுத்தான். தன் இடுப்பு வேஷ்டியை மறுபுறம் திருப்பிக் கட்டிக்கொண்டு சுவரில் ஏராளமாக அடிக்கப்பட்டிருந்த ஆணிகளில் ஒன்றில் தொங்கிக்கொண்டிருந்த சட்டையை எடுத்துப் போட்டுக்கொண்டு மெதுவான குரலில் மனைவியை எழுப்பினான். 'தங்கம், தங்கம்.'

தங்கம் புரண்டுகொண்டே, 'என்ன?' என்றாள்.

'நான் போயிட்டு வரேன். கதவைப் போட்டுக்கோ.'

தங்கம் சிறிது விழித்துக்கொண்டாள். 'என்ன இன்னிக்கு இந்த நடு ஜாமத்திலே?'

'இன்னிக்கு அவுட்டோர் ஷூட்டிங், கதவைப் போட்டுக்கோ.'

நடராஜன் சிறிது தயங்கினான். பிறகு, 'சில்லறை ஏதாவது வேணுமா?' என்று கேட்டான்.

'என்னைக் கேக்கணுமா?'

நடராஜன் சட்டைப் பையைத் துழாவினான். ஒரே ஒரு ரூபாய் நோட்டுத்தான் இருந்தது. 'இந்தா.'

அவள் வாங்கி வைத்துக்கொண்டாள். 'மணி என்ன, நாலு இருக்குமா?'

'மூணு மணி. மூணு மணிக்குத்தான் வண்டியைக் கொண்டுவரச் சொன்னேன்.'

'இன்னிக்குப் பொழுதோடே வருவேளா? எனக்கு ராத்திரி சாதம் வடிக்கத் தெரியணும்.'

'ராத்திரி நாழியாகும். எனக்குச் சாதம் வேண்டாம்.'

மறுபடியும் ஹார்ன் கேட்டது. நடராஜன் கதவைத் திறந்துகொண்டு வெளியே இருட்டில் போனான். அந்தச் சந்தில், அதுவும் விசேஷமாக அந்த வீட்டு முன்னால், எப்போதும் சாக்கடைத் தண்ணீர் தேங்கித் தீராத சேறாக இருக்கும். நடராஜன் மேடான

இடங்களாகப் பார்த்துக் காலை நெளிந்து நகர்த்திவைத்துக் காரை அடைந்தான். அவன் கதவைத் திறந்தவுடன் கார் உள் விளக்கு மங்கலாக எரிந்தது.

'என்ன ஐயரே, இப்படி காக்க வச்சுட்டே? நான் உன்னைக் கொண்டுபோய்விட்டுட்டு பெரம்பூர் போகணுமே?' என்றான் முருகேசன்.

'காமிராமென் கோஷுக்கா? அவனே வந்துடறதாச் சொல்லலே?'

'இல்லேயே ஐயரே, நேத்திராத்திரி உங்கிட்டேதானே சொன்னாரு?'

'ஆமாம், ஆமாம். கிளம்பு.'

முருகேசன் வண்டியை முன்னும் பின்னுமாகச் சிறிதுசிறிதாக நகர்த்தித் திருப்பிக்கொண்டான். அவன் வண்டியை வேகமாகச் செலுத்துவதற்கும் தூரத்தில் இரயில்வே லெவல் கிராஸிங் மணியடிக்க ஆரம்பிப்பதற்கும் சரியாக இருந்தது. 'சீக்கிரம் போ. அப்புறம் அவன் கேட்டைப் போட்டுடுவான்,' என்றான் நடராஜன்.

'இந்தப் பாழாய்ப்போன பழைய மாம்பலம் வந்தாலே இதுதான் தொல்லை,' என்றான் முருகேசன். இன்னொன்றும் இருக்கிறதென்பதுபோல வண்டி தெருவிலேயே ஒரு பெரிய பள்ளத்தில் இறங்கி ஏறியது. அந்தக் குலுக்கலில் வண்டி நின்று விட்டது. முருகேசன் பள்ளத்தை வைதவாறு வண்டியை மீண்டும் கிளப்பினான்.

'வான் வந்துடுத்தா?' என்று நடராஜன் கேட்டான்.

'பழனிசாமிதானே? இன்னும் வரலை,' என்றான் முருகேசன்.

'நம்ப போறதுக்குள்ளே வரலைன்னா நீதான் போய் டான்ஸ் கேர்ல்ஸைக் கொண்டு வந்துடணும்,' என்றான் நடராஜன்.

'நான் காமிராமெனுக்குப் போவேனா, குட்டிகளைச் சேர்த்து இழுத்துண்டுவரப் போவேனா?' என்று முருகேசன் சொன்னான். அப்புறம், 'தயவுசெய்து எனக்கு அந்த வேலை இன்னிக்குக் கொடுக்காதே, சாமி. வண்டியிலே ஒரு ஸ்பிரிங் பிளேட் போயே போயிடுத்து. இன்னிக்கு மட்டும் இந்த அவுட்டோர் ஷூட்டிங்கை முடிச்சுக் கொடுக்கணுமேன்னுதான் வந்தேன். நான் மறுபடியும் ஒரே சந்துகளாத் தேடிண்டு போனேன்னா வண்டியோட ஒரு சந்திலே அப்படியே உக்காந்துட வேண்டியதுதான்,' என்றான்.

கரைந்த நிழல்கள்

கார் லெவல் கிராஸிங்கைத் தாண்டியது. முருகேசன் கேட்டான், 'இந்த வேளையிலேகூட என்ன வண்டி வரும், சாமி?'

'ஏதாவது கூட்ஸ் வண்டி இருக்கும்,' என்றான் நடராஜன்.

தெருவில் யாருமில்லை. ஆனால் முருகேசன் மிகவும் எச்சரிக்கை யாகக் காரை ஓட்டிக்கொண்டு போனான். ஒவ்வொரு திருப்பத் திலும் வண்டியை மெதுவாகச் செலுத்திக்கொண்டு போனான்.

'கொஞ்சம் சீக்கிரமாகவே போ,' என்றான் நடராஜன்.

'சிடிலே இதுக்கு மேலே வேணாம், சாமி. டிரங்கு ரோடுலே வா, ஐம்பது அறுபது போய்க் காட்டறேன்.'

'நான் ஆபிஸ் போய்த்தாம்மா சவுண்டு யூனிட்டுக்குப் போன் பண்ணி வரச் சொல்லணும்.'

'இன்னிக்கு என்ன, சாமி? டாக்கியா?'

'இல்லே பாட்டுதான். பிளேபாக் எக்கிப்மெண்ட் இருந்தால் போதும். ஆனா நான் போன் பண்ணினப்புறம் கொண்டுவந்தாப் போதும்னு சொல்லியிருந்தேன். நேத்திக்கெல்லாம் பெரிய மழை பிடிச்சிக்கும்போலே இருந்தது.'

வானத்தில் நிறைய நட்சத்திரங்கள் இருந்தன.

'மழைக்கெல்லாம் இன்னும் ஒரு வாரம் போகணும், சாமி.'

கார் ஒரு பெரிய காம்பவுண்டுக்குள் போய் நின்றது. அந்த மாடி வீட்டின் கீழ்ப்பகுதி அறைகளில் மட்டும் விளக்கெரிந்து கொண்டிருந்தது. நடராஜனைப் பார்த்து ஒருவன், 'ஏய் சம்பத்து, இந்தா மானேஜர் வந்துட்டாரப்பா,' என்றான். உள்ளேயிருந்து இன்னொருவன் வந்தான் அவனுக்கு இருபது வயதிருக்கும். 'முதலாளி இப்பத்தான் போன் பண்ணினாரு,' என்று அவன் நடராஜனிடம் சொன்னான்.

நடராஜன் காரை விட்டிறங்கி முருகேசனிடம், 'நீ போய் கோஷை பிக்கப் பண்ணிண்டு இங்கே வந்துடு. அப்புறம் சொல்றேன்,' என்றான்.

முருகேசன் கிளம்பிப் போய்விட்டான். அப்போதுதான் நடராஜன் சட்டென்று நினைத்துக்கொண்டு, 'பழனிசாமி

வந்துட்டானா?' என்று அந்த இருவரிடமும் கேட்டான். 'வந்துட்டார், சார். அவருகிட்டே நீங்க கொடுத்த லிஸ்ட் கொடுத்திட்டேன். அவருக்கு அவங்க எல்லாரு வீடும் தெரியுமாம். ஆனா மாலா, சகுந்தலா வீடு மட்டும் தெரியாதுன்னாரு. அதான் நான் தாஸை அனுப்பிச்சிருக்கேன்,' என்று சம்பத் பதில் சொன்னான்.

'ஐயய்யோ, அவன் டான்ஸ் மாஸ்டர் ராம்லாலை அழைச்சுண்டு வரணுமே! அவனுக்கு ஒருத்தனுக்குத்தானே அந்த வீடு தெரியும்?'

'அதனாலே என்ன, சார். மேக்கப்புக்காகப் பெண்களை ஸ்டூடியோவிலேதானே இறக்கப்போகும் வான்? அங்கே போன் பண்ணி தாஸை வரச் சொல்லிடலாம்.'

நடராஜன் முதல் அறைக்குள் சென்று அங்கிருந்த போனை எடுத்து ஒரு எண்ணைத் திருப்பினான். ஒரு நிமிஷம் கழித்து, 'நான்தான் நடராஜன், சார்,' என்றான்.

போனில் கேள்விகள் வந்தவண்ணம் இருந்தன.

'ஆமாம், சார்... சவுண்டு யூனிட்டும் லைட்பாய்சும் நேரே மாமண்டூர் போயிடுவாங்க, சார்... டைரக்டர் இங்கே வந்திடுவாரு. கோஷை பிக்கப் பண்ண வண்டி அனுப்பிச்சிருக்கேன்... ஆமாம், இரண்டு பி.டி. ஒரு வான்... பி.டி.க்கு இருபத்தஞ்சு, இருபத்தஞ்சு, மூணு ரூபா பேட்டா. வானுக்கு தர்ட்டிபைவ், சார்... ஒன்பது டான்ஸ் பொண்ணுங்க, சார். வானே அவங்களுக்காகத்தான் கொண்டு வரச்சொல்லித்து... மாலா, சகுந்தலா உண்டு, சார்... ஆமாம், சார். புதுப்பொண்ணுங்க... எல்லா ஏற்பாடும் பண்ணியாச்சு, சார்... இங்கேயிருந்து நாங்க கிளம்பறப்போ சித்ரா புரடொக்ஷன்னிலே காமிராவும் காமிரா அஸிஸ்டெண்டையும் ஏத்திண்டு போயிடுவோம், சார்... நீங்க ஏழு மணிக்கு வந்தால் போதும், சார்... இல்லே, சார். நேத்திக்கு பாங்கிலே டிரா பண்ணின தௌஸண் டூ ஹண்டிரட்டிலே தொண்ணூறு காமிராவுக்குக் கொடுத்திட்டேன். ஐம்பது ஹோட்டலுக்கு அட்வான்ஸ் கொடுத்திட்டேன்... ஆமாம், சார். மாமண்டூர் ஹோட்டல்தான்... டெயிலருக்கு நேத்திராத்திரி இந்த டான்ஸ் டிரஸஸுக்கெல்லாம் செட்டில் பண்ணிட்டேன், சார்... நூத்தம்பது... இவன்தான் ரொம்பக் குறைச்சு ரேட்... கேர்ல்ஸுக்குப் பேமெண்டா? இங்கே வந்து கொடுத்துக்கலாம், சார்... பாங்க் இன்னிக்கு இரண்டு மணி வரைக்கும் உண்டு, சார்

... இந்த ஷாட்டிலே ஹீரோயின் இல்லே, சார்... இல்லே, சார் ... இன்னிக்கு மத்தியானம் ஸ்டூடியோ இன்டோருக்குத்தான் அவுங்க வேணும். எல்லாம் ரெடி, சார் நீங்க ஏழு ஏழரைக்கு வந்தாப் போதும்.'

போனை வைத்துவிட்டு நெற்றி முழுவதும் பரவியிருந்த வியர்வையை நடராஜன் துடைத்துக் கொண்டான். 'ஏம்பா, சம்பத், முதலாளி அரை மணியாவா போன் பண்ணிண்டிருக்காரு?' என்று கேட்டான்.

'இருக்காது, சார். ஒரு கால் அவுருதான் இருக்கும். அவ்வளவுதான்.'

நடராஜன் மீண்டும் ஒரு கால் போட்டான். 'ஹலோ, மோகன் அவுட்டோர் யூனிட்டா?... யாரு, கூர்க்காவா? ஏய் கூர்க்கா, ஊபர் இஞ்சினீயர் சாப் கோ புலாவ்... ஹாம் ஹாம்... ஆஜ் ஷூட்டிங் ஹை.'

நடராஜன் போனை அப்படியே வைத்துக்கொண்டு காத்திருந்தான். தன்னிடமிருந்த ஒற்றைச் சாவியைக் கொண்டு மேஜை டிராயரைத் திறந்து அதிலிருந்த ஒரு கொத்துச் சாவியிலிருந்து ஒரு சாவிகொண்டு இரும்புப் பெட்டியைத் திறந்தான். அதிலிருந்த பணத்தை ஒரு கையால் எண்ணிய பிறகு, 'சம்பத்!' என்று கூப்பிட்டான்.

'இல்லீங்க. நான் முனுசாமிதான் இங்கே இருக்கேன்,' என்று அந்த வயதானவன்தான் வந்தான்.

நடராஜன், 'ஏய்யா, சம்பத் எங்கே?' என்று கேட்டான்.

'சிகரெட் கொண்டாரப் போயிருக்கான். நேத்தி ராத்திரி வாங்கி அவன் வீட்டிலேயே மறந்திட்டானாம்.'

'ஐயய்யோ! அவன் வீடு எங்கே?'

'பக்கம்தான். இதோ வந்திடுவான்.'

இதற்குள் போனின் மறுபக்கத்தில் குரல் கேட்டது. நடராஜன், 'குட்மார்னிங். சந்திரா கிரியேஷன்ஸ் நடராஜன் பேசறேன்... ஓ எஸ். இன்னிக்கு அவுட்டோரை முடிச்சுடறோம். மழையில்லே... எல்லோரையும் வரச் சொல்லியிருக்கிறீங்க இல்லையா... சரி சரி,

சவுண்டு அஸிஸ்டெண்டும் சேர்த்து பதினாலுபேரா?... ரைட் சார். ஆமாம், டிபன் அங்கேயேதான் ஏற்பாடு பண்ணியிருக்கோம்... நாலு இட்டிலி வடையா, அதுதான் யூஷுவல், சார். போன தடவை ஏதோ திருவிழான்னு ஹோட்டல்லியே எல்லாம் தீர்ந்து போயிடுத்து, இவ்வளவுதான்னு சொல்லிட்டான்... இந்த தடவை ஒரு கம்ப்ளெயிண்ட் இருக்காது... ஜெனரேட்டர் தேவையில்லை. பாட்டரியே போதும். ஆறுஷாட், மொத்தமே நூத்தம்பது அடிதான் எடுக்க வேண்டியிருக்கும்... ஹலோ!... ஓ அனந்தராமன் வந்துட்டாரா? நீங்க முன்னாலே மாமண்டூர் போயிடலாம். நாங்க பின்னாலேயே வந்துடறோம். முன்னே ஷூட் பண்ணின இடம்தான். உங்க பஸ்ஸிலே நாங்க யாரும் வரலே... இங்கேயே வண்டிங்க இருக்கு... தாங்க்யூ, சார்.'

டெலிபோன் பேசி முடித்ததும் நடராஜன் அந்த அறை யிலேயே ஒரு அலமாரியில் வைத்திருந்த தன் டிரௌசரை எடுத்து உடுத்திக்கொண்டான். ஒரு தோல் பையை எடுத்து அதில் இரும்புப் பெட்டிப் பணத்தை எடுத்து வைத்துக்கொண்டான். பிறகு ஒருமுகப்பட்ட கவனத்துடன் ஒரு பட்டியல் எழுதிக்கொண்டான். டைரக்டர் காரில் டைரக்டர், காமிராமென், டைரக்டர் அஸிஸ்டெண்டு முனுசாமி. முருகேசன் காரில் டான்ஸ் மாஸ்டர், மேக்கப் சவுத்திரி, டெய்லர், ஒன்பது குடங்கள், தண்ணீர் டிரம், பெரிய ஹாட்வாட்டர் பிளாஸ்க், தாஸ். இன்னொரு காரில் அவனும் சம்பத்தும். அவன் பிக்சர் நெகடிவ் எடுத்துக்கொண்டு போகவேண்டும். சித்ரா புரொடக்ஷன்ஸ் போய் காமிராவிலே லோட் செய்யச் சொல்லி காமிராவையும் காமிரா அஸிஸ்டெண்டையும் ஏற்றிக்கொண்டு வினாயகா ஸ்டூடியோ போகவேண்டும். அங்கே தயாராக இருக்கும் ஒன்பது பெண்களையும் வானில் ஏற்றிக்கொண்டு சரியாக ஐந்து மணிக்குக் கிளம்பவேண்டும். ஏழு மணிக்கு ஷூட்டிங் ஆரம்பம். எட்டரைக்கு பாக்கப், டிபன். பத்தரைக்கு மெட்ராஸ், பதினொன்றரைக்கு ஸ்டூடியோ இன்டோர் ஷூட்டிங்...

சம்பத் காகிதம் சுற்றிய பெரிய கட்டுடன் வந்தான். கட்டைப் பிரித்து அதில் நான்கு கோல்டுபிளேக் சிகரெட் பாக்கெட்டுகளை எடுத்து நடராஜன் பக்கம் வைத்தான். நடராஜன் மேஜை டிராயரில் அந்த நாலு பெட்டிகளையும் தள்ளினான். சம்பத் மிஞ்சியதைக் காகிதத்தால் மீண்டும் சுற்றிக் கட்டினான். 'மாடியிலே நேத்து ரிகர்சல் நடந்ததே, வாத்தியங்களை எல்லாம் சரியா எடுத்து வைச்சாச்சா இல்லையா?' என்று நடராஜன் கேட்டான்.

‘இல்லே, இப்போ எடுத்து வைக்கட்டுமா?’

‘இப்போ நீ என்ன எடுத்துப் பாழாப் போகப் போகிறது? சையத் தூங்கிண்டிருந்தான்னா எழுப்பி டான்ஸ் மாஸ்டரை பிக்கப் பண்ணச் சொல்லு.’

‘சையத் முழிச்சிட்டுத்தான் இருக்காரு. ஆனா அவருக்கு வீடு தெரியாது...’

‘இதுக்குள்ளே தாஸ் வானோட ஸ்டூடியோவிலேதான் இருப்பான். அவனை அழைச்சிண்டு போகச் சொல்லு.’

சம்பத் வெளியே போய்க்கொண்டிருந்தான். அவனிடம், ‘அந்தக் கும்பகோணக் கடையிலேந்து வாங்கி வந்த குடங்களை எடுத்து இங்கே வெராண்டாவிலே இப்பவே வைச்சிடு. தண்ணி டிரம், தம்ளர் எல்லாம் இப்பவே எடுத்து வைச்சிடு,’ என்றான்.

அடுத்தடுத்து இரு கார்கள் வந்தன. காமிராமென் கோஷூம் டைரக்டர் ஜகந்நாத் ராவும் வந்தாயிற்று. இரண்டு பேரும் சுத்தமாக முகக்ஷவரம் செய்துகொண்டு மடிப்புக் கலையாத உடை உடுத்தியிருந்தார்கள். நடராஜன் எழுந்து நின்றான்.

‘ஆல் ரெடி, பாபா?’ என்று கோஷ் கேட்டான். ஜகந்நாத் ராவ் மேஜையருகே வந்து நின்றான். பிறகு நடராஜின் நாற்காலியை இழுத்துப் போட்டுக்கொண்டான்.

‘ஆல் ரெடி, சார்,’ என்று பதில் தந்துவிட்டு நடராஜன் அறை வெளியே வந்து முருகேசனைக் கூப்பிட்டு அவனை இன்னும் இருவரை அழைத்துவரச் சொன்னான். நடராஜன் திரும்ப உள்ளே வந்ததும் கோஷ் கேட்டான், ‘காபி கீபி ஏதாவது இருக்கா?’

‘இங்கேயிருந்து கிளம்பறப்போ நீங்க கிரீன்ஸ்லே சாப்பிட்டுட்டுப் போயிடலாம். இப்பவே வாங்கிண்டு வந்தா சரியாயிருக்கிறதில்லை.’

‘அச்சா. சிகரெட்?’

‘இதோ இருக்கு.’

நடராஜன் சம்பத் கொண்டுவந்த கட்டைப் பிரித்து கோஷூக்கும் ஜகந்நாத் ராவுக்கும் ஒவ்வொரு பாக்கெட்டு கோல்டுபிளேக் கொடுத்தான். கோஷ் கேட்டான், ‘என்னா மேன், ரெட்டியாருக்கு ரொம்ப மிச்சம் பண்ணறே?’

26 அசோகமித்திரன்

நடராஜன் இன்னும் ஒவ்வொரு பாக்கெட் எடுத்துக் கொடுத்தான். ஜகந்நாத் ராவ் மெதுவாகச் சிரித்துக்கொண்டு சொன்னான், 'நம்ம நடராஜன் மிச்சம் பண்ணி ரெட்டியாருக்கு ஒண்ணும் தங்கப் போறதில்லே. அடுத்த வாரம் அவர் வீடு அட்டாச்மெண்ட்டுக்கு வரப் போகிறது.'

'அவ்வளவுக்குப் போயிடுத்தா? பாபா, நடராஜன்! எனக்கு இன்னிக்கு அந்த டூ ஹண்டிரட் கொடுத்திடணும். ஆமாம். இப்பவே சொல்லிட்டேன்.'

'அதைத் தனியா வச்சிருக்கேன், சார்.'

கோஷ், நடராஜனை வாஞ்சையோடு பார்த்தான். 'உனக்கு இந்த மாசம் சம்பளம் கொடுத்தானா?'

'ஓ எஸ்.'

'ரெட்டியார் கொடுக்கிறதென்ன, இவரா எடுத்துக்க வேண்டியதுதான்,' என்று ஜகந்நாத் ராவ் சொன்னான்.

'படம் தீபாவளி ரிலீஸா?'

'பொங்கல் ரிலீஸ்னு சொல்லியிருக்காரு. ஸ்டூடியோ செட்டப்பே இன்னும் மூணு இருக்கு. அப்புறம் பாச் வொர்க், பிஜி.எம். மிக்ஸிங், பிரிண்ட், எக்சைஸ் எல்லாம் தாக்குப் பிடிக்கணும். இந்த வீட்டுக்காரன் வாடகை வரலைன்னு நோட்டீஸ் கொடுத்திட்டான்,' ஜகந்நாத் ராவ் சொன்னான்.

'அச்சா, இன்னிக்கு அவுட்டோரிலே குரூப் டான்ஸ் ஸில்லூட் ஷாட்தானே?'

'ஆமாம், அது ஒரு ஆறு ஷாட், ஆத்தங்கரை டான்ஸ். அப்புறம் ஸ்டூடியோவிலே ஹீரோயின் குளோஸ் அப். அதோட இந்த குரூப் டான்ஸ் ஓவர்.'

'அச்சா. நேத்து நைட் ஷோ மினர்வாக்குப் போயிருந்தேன். நம்ம ஹீரோயினும் வந்திருந்தா... ஒரேடியா ஊதிப்போயிருக்கா.'

ஜகந்நாத் ராவ் அதில் அவ்வளவு கவனம் செலுத்தவில்லை. நடராஜனிடம், 'இன்னிக்கு ஸ்டூடியோ கால்ஷீட்டுக்குப் பணம் கொடுத்தாச்சில்லே?' என்று கேட்டான்.

'இல்லே, இன்னிக்கு அவுட்டோர் முடிச்சப்புறம்தான். ஆனா இன்னிக்கு ஒரு மணிக்கு முன்னாலே பூராப் பணமும் கொடுத்திடறேன்னு சொல்லியிருக்கேன்.'

‘அதைப் பாத்துக்கப்பா. போன தடவை மாதிரி தகராறு பண்ணிடப் போறாங்க.’

கோஷும் ஜகந்நாத் ராவும் மௌனமாக சிகரெட் குடித்துக் கொண்டிருந்தார்கள். ஒரு போன் வந்தது. தாஸை அழைத்துக் கொண்டு சையத் டான்ஸ் மாஸ்டரை அழைத்துவரக் கிளம்பி விட்டான்.

‘என் வண்டியிலே யார் வராங்க?’ என்று ஜகந்நாத் ராவ் கேட்டான்.

‘காமிராமென் சார், உங்க அஸிஸ்டண்ட் ராஜ்கோபால், அப்புறம் முனுசாமி,’ என்று நடராஜன் பதில் சொன்னான்.

‘அப்போ ராஜ்கோபால் வந்தவுடனே நாங்க கிளம்பலாம், இல்லே?’

‘ஆமாம், சார். இங்கே இப்போ சம்பத்துதான் இருக்கான். அவனை அழைச்சிண்டு போயிடுங்க.’

கோஷ் கேட்டான், ‘நடராஜ், நீ எப்போ புரொட்யூசர் ஆகப் போறே?’

நடராஜன், ‘நாங்கள்ளாம் எங்கே, சார்? உங்க மாதிரிப் பெரியவங்கதான் அதுக்கெல்லாம்,’ என்றான்.

‘ஏய்யா, ரெட்டியாருக்கு இவ்வளவு உழைக்கிறியே, என்ன செய்றான் உனக்கு?’ என்று கோஷ் கேட்டான். நடராஜன் இதற்குப் பதில் சொல்லவில்லை.

‘எனக்கு வெறும் காமிராதாம்பா தெரியும். உனக்கு எல்லாம் தெரியும்.’

‘நிஜமாத்தான் சொல்றேன், நடராஜ். நீ ஒண்ணு ஆரம்பிச்சா சரியாயிருக்கும். நாங்கள்ளாம் கூட இருக்கோம்,’ என்று ஜகந்நாத் ராவ் சொன்னான்.

வெளியில் யாரோ சைக்கிளைப் படியிலேற்றி உள்ளே கொண்டு வரும் சப்தம் கேட்டது. ஒரு நிமிஷத்திற்குப் பிறகு வந்தவரைப் பார்த்து ஜகந்நாத் ராவ், ‘அதோ ராஜ்கோபால் வந்தாச்சு. நாங்க கிளம்பறோம்,’ என்றான்.

‘சரி, சார்.’

'ராஜ்கோபால், அந்த இரண்டு பையையும் எடுத்துக்கோ. ஆறும் லாங் ஷாட். நடராஜ், காமிராவை நீதானே கொண்டுவரே?'

'ஆமாம். ஆர்ட்டிஸ்டை அழைச்சிண்டு, காமிராவும் நான் கொண்டுவரேன்.'

கோஷ் சொன்னான், 'நன்னா செக் பண்ணிட்டுக் கொண்டாப்பா. அவுங்க காமிரா ஒண்ணு அடிக்கடி ஜாம் ஆயிடறது.'

கோஷும் ஜகந்நாத் ராவும் வெளியே போனார்கள். ராஜ்கோபால் நடராஜனிடம், 'என்ன துரை!' என்றான்.

நடராஜன், 'இந்தா,' என்று சொல்லி அவனிடம் ஒரு வில்ஸ் சிகரெட் பாக்கெட்டை எடுத்துக் கொடுத்தான். ராஜ்கோபால் உதட்டைப் பிதுக்கிவிட்டு வெளியே போனான்.

வெளியிலிருந்து, 'சரியா ஆறு மணிக்கெல்லாம் வந்து சேர்ந்திடுப்பா!' என்று ஜகந்நாத் ராவ் உரக்கக் கூவியது கேட்டது. அதைத் தொடர்ந்து ஒரு மோட்டார் கார் கிளம்பிப் போகும் சத்தம் கேட்டது.

நிசப்தமாக இருந்த அந்த அறையில் மூன்று நான்கு கணக்குப் புத்தகங்களில் ஏதேதோ குறிப்புக்கள் செய்துவிட்டு எல்லாவற்றை யும் நடராஜன் அலமாரியில் வைத்துப் பூட்டினான். தலையை ஒருமுறை நன்றாக வாரிக்கொண்டு வெளிவராண்டாவில் வந்து நின்றான். சையத் வண்டியில் தாஸும் டான்ஸ் மாஸ்டரும் வந்தார்கள். நடராஜன் தாஸை, 'டேய், முனுசாமி சம்சாரத்தை வரச் சொல்லு,' என்றான். தாஸ் அந்த வீட்டின் பின்புறம் சென்றான். இரண்டு நிமிஷங்களில் முனுசாமியின் மனைவி வந்தாள்.

'இந்தாம்மா, நான் போறேன். முருகேசன் வந்தா அவன் காரிலே தாஸும் போயிடுவான். காலை எட்டு மணிக்கு அக்கவுண்டண்டு வர வரைக்கும் நீ இங்கேயே வந்து இருந்திடு.'

டான்ஸ் மாஸ்டர் இன்னும் வண்டியைவிட்டு இறங்கவில்லை. நடராஜன், 'ராம்லால்ஜி, நீங்க அடுத்த வண்டியிலே வாருங்க. நாங்க காமிராவெல்லாம் இதுலே எடுத்துண்டு போகிறோம்,' என்றான்.

ராம்லால் இறங்கினான். அவனும் நன்றாகக் குளித்து, உடை உடுத்தி, நிறைய செண்டும் போட்டுக்கொண்டிருந்தான்.

'தாஸு, நீ முருகேசன் வந்தவுடனே சாரையும் அழைச்சிண்டு நேரே லொகேஷனுக்குப் போயிடு. இதோ அங்கேயிருக்கிற குடம், தண்ணி டிரம், ஜமக்காளம், நாற்காலி எல்லாம் டிக்கியிலேயும் டாப்பிலேயும் போட்டுக்கொண்டு வந்துடு,' என்று நடராஜன் சொன்னான்.

'மாமண்டூரிலே வெத்திலே கிடைக்குமில்லே?' என்று ராம்லால் கேட்டான்.

நடராஜன் தாஸைப் பார்த்து, 'இந்தாப்பா, போற வழியிலே எந்தக் கடை திறந்திருந்தாலும் இரண்டு கவுளி வெத்தலை, பாக்கு எல்லாம் வாங்கிக்க,' என்று சொல்லி ஒரு ஐந்து ரூபாய் நோட்டை தாஸிடம் கொடுத்தான். பிறகு வண்டியில் ஏறிக்கொண்டு சையத்திடம், 'உம், முதல்லே ஸ்டூடியோவே போ,' என்றான்.

வினாயகா ஸ்டூடியோவின் இரண்டு பெரிய தகரக் கொட்டகை களையும் நான்கு பழைய கட்டிடங்களையும் காலை நீட்டிப் படுத்தவண்ணம் ஒரு கூர்க்கா காவல் காத்திருந்தான். ஒரு கட்டிடத்தில் பெரிய அறையில் மேக்கப் முடிந்திருந்தது.

'வணக்கம், அண்ணா,' என்று சில பெண்கள் நடராஜனிடம் சொன்னார்கள். ஒரு பெண் அருகில் வந்து நடராஜனின் சட்டைப் பையில் இருந்த பேனாவைப் பிடுங்கி எடுத்தாள்.

'ஏய் ஏய். கொண்டா அதை! ஏய் சரோஜா. கொடு அதை!'

நடராஜன் பாய்ந்து சென்று அப்பெண்ணைப் பிடித்துத் திருப்பிக் கையை முறுக்கிப் பேனாவை வாங்கிக்கொண்டான்.

'என்ன மனுஷன்யா நீ!' என்று சொல்லி சரோஜா அவன் முகத்தை இடித்தாள்.

'விளையாட்டெல்லாம் போதும். எல்லாரும் வான்லே போய் ஏறிக்கங்க.'

பெண்கள் கிளம்பினார்கள், ஒருத்தி, 'டீ, மாலா, சகுந்தலா இன்னும் டிரஸ் பண்ணிண்டிருக்காங்கடி,' என்றாள்.

'சீக்கிரம் அவங்களையும் கிளம்பச் சொல்லு,' என்றான் நடராஜன்.

சரோஜா போய்க்கொண்டிருந்தவள், நின்று திரும்பி, 'சாருக்கு இப்போ மாலா, சகுந்தலாதான் ரொம்ப தோஸ்த்,' என்றாள்.

‘அப்பஅடீன்னா?’ என்று இன்னொருத்தி கேட்டாள்.

‘ரொம்பப் பிடிச்சவங்க,’ என்று சரோஜா சொன்னாள்.

நடராஜன் அடிக்கப்போவது போலக் கையை ஓங்கினான். அப்போது பக்கத்து அறையிலிருந்து மாலாவும் சகுந்தலாவும் அவர்கள் அம்மாவும் வந்தார்கள். நடராஜன், ‘போங்க, போங்க. சீக்கிரம் வண்டியிலே ஏறுங்க,’ என்றான். அவன் குரல் நயமாக இருந்தது.

நடராஜன் வெளியே வந்து வான் டிரைவரிடம், ‘பழனிசாமி போன மாசம் ஷூட்டிங் பண்ணின அதே இடம்தான். நீ நேரே போயிடு,’ என்றான்.

‘ஒரு கிளீனர் கொண்டாந்திருக்கேன், சார். வண்டிலே செல்ஃப் எடுக்கிறதில்லை. ஹாண்டில்தான் போட வேண்டியிருக்கு.’

‘ஐயோ, அப்போ நடுவழியிலே எங்கேயாவது நிறுத்தி போட்டுடுவயா?’

‘அதெல்லாம் ஒண்ணும் டிரபிள் கிடையாது ...’

‘இதுதான் கடைசி அவுட்டோர். அதுவும் காலையிலே எட்டு மணிக்கு முன்னாலே முடிச்சுடணும். இன்னிக்குப் போய் வண்டியை எங்கேயும் நிறுத்திடாதே, பழனிசாமி.’

‘அதெல்லாம் ஒண்ணும் கவலை வேண்டாம், சாமி. வேறே ஒரு டிரபிள் கிடையாது... சாப்பாடு பேட்டா மட்டும் இப்பவே கொடுத்திட்டா தேவலாம் ...’

நடராஜன் கொடுத்தான். பழனிசாமி கிளீனருக்கும் சேர்த்துக் கேட்டு வாங்கிக்கொண்டான். வான் கிளம்பும்போது பெண்கள் ‘டாடா, சீரியோ, பை – பை’ என்றெல்லாம் சொன்னார்கள்.

நடராஜன் மேக்கப் செய்வதற்கு வந்த இருவருக்கும் பணம் கொடுத்துக் கையெழுத்து வாங்கிக்கொண்டான். ‘நீங்க எங்கே போகணும்?’ என்று கேட்டான். ஒருவன் கொலைகாரன்பேட்டை. இன்னொருவன் மண்ணடி.

‘நான் தி. நகர் போய் செங்கல்பட்டு போறேன். இல்லேன்னா உங்களை டிராப் பண்ணிடுவேன்.’

‘பரவால்லைங்க.’ அந்த இருவரில் ஒருவன் சொன்னான்.

சையத் வண்டியை ஸ்டார்ட் செய்ய நடராஜனும் தாஸூம் ஏறிக்கொண்டார்கள். அவர்கள் போகும்போது அந்த ஸ்டூடியோவில் மேக்கப் அறை ஒன்றில் மட்டும் தான் விளக்கு எரிந்துகொண்டிருந்தது.

சையத் வண்டியை வெகு சுகமாக ஓட்டினான்.

சித்ரா புரொடக்ஷன்ஸில் காமிராவுடன் காமிரா உதவியாளனும் தயாராக இருந்தான். அவனையும் ஏற்றிக்கொண்டு வண்டி தி. நகர் உஸ்மான் ரோடு வழியாகச் சென்றது. வெளியே இருட்டாகத்தான் இருந்தது. ஒரே ஒரு ஹோட்டலின் முன்னால் மட்டும் நிறைய எருமை மாடுகளைக் கறந்துகொண்டிருந்தார்கள். காற்று ஜில்லென்று முகத்தில் அடித்தது. வண்டி மவுண்ட் ரோடை அடைந்தது. அது சைதாப்பேட்டை பாலத்தைக் கடந்தது நடராஜனுக்குத் தெரியாது. அவன் தூங்கிக்கொண்டிருந்தான்.

இரண்டு

மாமண்டூர் வெளிப்புற ஷூட்டிங் முடிந்து சென்னை திரும்பி வந்துகொண்டிருந்த வண்டிகளில் ஒன்று தேனாம்பேட்டை ராணுவ ஆள் சேர்ப்புக் காரியாலயத்தருகில் நின்றது. சம்பத் கீழே இறங்கி, 'நீங்க போங்க. நான் பத்தே நிமிஷத்திலே ஆபீசுக்கு வந்துடறேன்,' என்று சொன்னான். வண்டியில் இருந்த முனுசாமி, 'அசிஸ்டெண்ட் டைரக்டர் ஏதோ சொல்லறாருப்பா,' என்றான்.

'என்ன சார்?' என்று சம்பத் கேட்டான்.

'நாங்க நேரே ஸ்டூடியோவுக்குத்தான் போகிறோம், தெரியுமா?' என்று ராஜ்கோபால் பல்லைக் கடித்துக் கொண்டு கேட்டான்.

'நானும் இதோ ஸ்டூடியோவுக்கு வந்துடறேன், சார். ஊர்லேந்து உறவுக்காரங்க வந்திருக்காங்க, ஒரு வார்த்தை சொல்லிட்டு வந்துடறேன்.' பிறகு முனுசாமியிடம், 'ஐயா கேட்டாலும் கொஞ்சம் சொல்லுங்க,' என்றான். கார் கிளம்பிப் போய்விட்டது.

வேர்க்கடலைக் கடைக்குப் பக்கத்துச் சந்தில் நுழைந்து சம்பத் வீட்டை அடைந்தான். அவன் வீட்டில் கூரையைப் பிரித்து ஓடு மாற்றிக்கொண்டிருந்தார்கள். ஒரு தேள் தொப்பென்று விழுந்தது. அதைக் கீழே ஓடு எடுத்துக்கொண்டிருந்த ஆள் உடனே ஒரு தட்டு தட்டி நசுக்கினான். அந்த மண்சுவர் வீட்டில் ஆறு குடித்தனங்களாக இருந்த முப்பத்தி மூன்று பேருக்குப் பொதுவாக ஒரு முற்றம் இருந்தது.

அதிலிருந்துதான் அவர்கள் எல்லாருக்கும் வெளிச்சம் வர வேண்டும். முற்றத்தில் பார்வதி தன் தலைப்பின்னலுக்கு பிளாஸ்டிக் ரிப்பன் முடிந்துகொண்டிருந்தாள். ‘உங்கம்மா எங்கே?’ என்று சம்பத் கேட்டான்.

பார்வதி குப்பென்று வியர்த்து, ‘ஆலங்காத்தா கோயிலாண்ட போயிருக்காங்க,’ என்றாள்.

‘இன்னிக்கு நீங்கெல்லாம் ஷூட்டிங்கு பாக்க வரீங்களா, இல்லையா?’

‘வரோம், வரோம். அம்மா வந்திடுவாங்க. இதோ வந்திடுவாங்க.’

அப்போது பார்வதியின் அண்ணன் உமாபதி வந்தான். அவன் தலைக்கு ஏகமாக எண்ணெய் தடவிச் சீவிவிட்டிருந்தான்.

‘எப்போ வந்தீங்க? எப்போ வந்தீங்க? அதுக்குள்ளார சினிமா எல்லாம் எடுத்துட்டாங்களா? என்னாங்க எங்களுக்கு காட்டறேன்னீங்களே?’

‘அட, அதுக்குத்தான்யா சொல்லிப்போக வந்தேன். தங்கவேலு எங்கே? அவனை ஸ்கூலுக்குப் போகவேண்டாம்னு சொல்லி வச்சிருந்தேனே?’

‘அவருதான் அம்மா எல்லோரையும் கோயிலுக்கு இட்டுப் போயிருக்காரு,’ என்று பார்வதி சொன்னாள்.

சம்பத் உமாபதியிடம் சொன்னான், ‘இதோ பாருய்யா, தங்கவேலு வந்தவுடனே நீங்க கிளம்பி சரியாப் பன்னெண்டரை மணிக்கு ஸ்டூடியோவுக்கு வந்திடுங்க. தங்கவேலுக்குத் தெரியும். இன்னிக்கு ஷூட்டிங்கே ஒரு அரை மணிக்குத்தான். நீங்க சும்மா தெருவிலே இருக்கிற வீடெல்லாம் எவ்வளவு உயரம்னு பாத்து வந்தீங்கன்னா அங்கே ஷூட்டிங் எல்லாம் முடிஞ்சு வீட்டுக்குப் போய்த் தூங்கிண்டிருப்பாங்க.’

‘அதெல்லாம் ரைட்டா வந்திடுவோம்,’ என்று உமாபதி சொன்னான்.

‘இன்னிக்கு ஜயசந்திரிகா வராங்க இல்லையா?’ என்று பார்வதி கேட்டாள்.

‘யார் இருந்தா என்ன? நம்ம ஊர் போறதுக்கு முன்னாலே சினிமா எடுக்கிறதைப் பார்க்கணும் அவ்வளவுதான்,’ என்று உமாபதி சொன்னான்.

சம்பத்துக்கு சட்டென்று பார்வதியைப் பிடித்துப் போயிற்று. 'இன்னிக்கு அவ ஒருத்திதான் ஷூட்டிங்' என்றான்.

பார்வதிக்கு மறுபடியும் மிகவும் வியர்த்தது. சம்பத், 'நான் போய் வரேன். சரியாப் பன்னெண்டு மணிக்கெல்லாம் கிளம்பி வந்து விடுங்க,' என்று சொல்லி விட்டுக் கிளம்பினவன், 'இதோ பாருய்யா, ஸ்டூடியோ வரப்போ ஏதாவது ஒழுங்கான சொக்கா போட்டுண்டு வா. உன்னுடைய சிவப்புச் சீட்டிச் சட்டையை உன் படாளம் கிராமம் போனப்புறம் மாட்டிக்க,' என்றான். பார்வதியைப் பார்த்து, 'அந்த ரிப்பனைக் கழட்டி விசிறிக் கடாசு. ஜயசந்திரிகா பாத்தா சிரிப்பா,' என்றான்.

அவனுக்கு இருந்த அவசரத்தில் எந்த வண்டியை பார்த்தாலும் டாக்சி மாதிரி இருந்தது. அரச மரத்தடியில் மதுரை இருந்தான். அவன் கண்ணில் விழுகிற மாதிரி சம்பத் போனான். மதுரை பார்த்துவிட்டான்.

'என்னாங்க, பாக்காது மாதிரியே போறீங்களே?' என்றான் மதுரை.

'அர்ஜண்டா போகணும். டாக்சி கிடைக்குமா பார்க்கறேன்.'

'டாக்சி எதுக்குங்க, தம்பி, நம்ம வண்டியிலே ஏறுங்க.'

மதுரை வைத்திருந்த மீட்டர் போடாத 'பி.டி.' டாக்சி 49–ம் வருஷத்து ஃபோர்டு வண்டி. சம்பத் ஏறி உட்கார்ந்தான். வண்டி கிளம்பி சிறிது போனவுடன், 'என்னங்க, நம்பளுக்கு ஒரு வாரம், பத்து நாள் சான்சு கொடுக்க மாட்டேன்றீங்களே?' என்று மதுரை சொன்னான்.

'இன்னியோட இந்த மாசம் ஷூட்டிங் முடிஞ்சுபோயிடறது. வர மாசம் ஷூட்டிங் வரப்போ உங்க வண்டியையே அமர்த்திக்கச் சொல்றேன்,' என்று சம்பத் சொன்னான்.

'நான் முப்பதுக்குக் கையெழுத்துப் போடறேன். இருபத்தஞ்சு ரூபா கொடுத்தாப் போதும். கொஞ்சம் ஐயருக்குச் சொல்லி வையுங்க.'

வினாயகா ஸ்டூடியோவருகில் சம்பத்தை இறக்கிவிட்டு மதுரை ஒரு பெரிய சலாம் போட்டுவிட்டுப் போனான். சம்பத்

ஸ்டூடியோ வரவேற்பாளர் அறையைக் கடந்து அஸ்பெஸ்டாஸ் கூரை போட்ட கட்டிடத்தின் கடைசி அறைக்குச் சென்றான். சந்திரா கிரியேஷன்ஸுக்காக வினாயகா ஸ்டூடியோவில் அந்த அறையைத்தான் கொடுத்திருந்தார்கள். மேஜை, பத்து மடக்கு நாற்காலிகள், வெவ்வேறு விதமான பழைய இரும்பு டிரங்கு பெட்டிகள், அலுமினியம் டிபன் காரியர்கள், சில பித்தளைப் பாத்திரங்கள், வாடிப்போய்க்கொண்டிருக்கும் ஆப்பிள் சாத்துக்குடிப் பழங்கள் கொண்ட ஒரு சிறு கூடை, குடி தண்ணீர் நிரப்பிவைத்துக்கொள்ளும் குழாய் வைத்த டிரம் – இவைகளுடன் தாஸ் உட்கார்ந்திருந்தான். சம்பத்தைப் பார்த்தவுடன், 'மானேஜர் சார் உங்களைச் சாப்பாடு கொண்டுவந்திடச் சொன்னாரு,' என்றான்.

'வண்டி என்ன இருக்கு?'

'சையத் வண்டிதான். முருகேசன் அவுட்டோர் முடிச்சு கையோட ஹீரோயினி பங்களாவுக்குப் போயிட்டாரு.'

'மானேஜர் பணம் கொடுத்திருக்காரா?'

தாஸ் ஐம்பது ரூபாய் கொடுத்தான். சம்பத் பணத்தைப் பையில் வைத்துக்கொண்டு, 'வண்டியைக் கூப்பிட்டு காரியர் பாத்திரமெல்லாம் எடுத்து வை. நான் ஸ்டூடியோ புரோகிராம் ஆபீஸுக்குப் போயிட்டு வரேன்,' என்றான்.

'இன்னிக்குத்தானே உங்க மனுஷாளுங்க ஸ்டூடியோ பாக்க வராங்க?'

'ஆமாம். எல்லாரும் நாளைக்கு ஊர் திரும்பிடறாங்க.'

'ஒண்ணு சொல்ல மறந்திட்டேங்க. சையத் வண்டியை டான்ஸ் மாஸ்டர் எடுத்திட்டுப் போயிருக்காரு.'

'யாரு கொடுத்தா அவனுக்கு வண்டியை?'

'அவர் மானேஜர்கிட்டே சொல்லித்தான் எடுத்திண்டு போனாரு. இதோ பத்து நிமிஷத்திலே வரதாச் சொன்னாரு.'

சம்பத்துக்கு ஓரளவு இந்தத் தகவல் நிம்மதியளித்தது. அவன் புரோகிராம் ஆபீஸுக்குப் போனான்.

புரோகிராம் அறை எல்லா ஸ்டூடியோ புரோகிராம் அறைகள் மாதிரி ஒரேயடியாக அடைந்து கிடந்தது. வேலை

செய்பவர், வேறு காரணமாக வருபவர்கள் எல்லாரும் உடலை வளைத்து நெளிந்துகொண்டுதான் எங்காவது நாற்காலியில் உட்காரவேண்டும். ஒரு மூலையில் மூன்று ஈட்டிகளும் நான்கு பட்டாக் கத்திகளும் சாத்தி வைக்கப்பட்டிருந்தன.

ஸ்பிரிங் வைத்த பாதிக் கதவைத் திறந்துகொண்டு சம்பத் உள்ளே எட்டிப் பார்த்தான்.

'யாருய்யா நீ? இந்தப் பக்கம் தலை காட்டாதே!' என்று புரோகிராம் மானேஜர் கத்தினான்.

சம்பத்துக்குத் தயக்கம் விலகிப்போயிற்று. 'என்ன சார். இப்படிக் கோச்சுக்கிறீங்க?' என்று மானேஜர் பக்கமே போய் நின்றான்.

'எப்படியா நீ என்னைக் கேக்காமே நான் இல்லாதப்போ நேத்து இங்கே அலமாரியிலே இருந்த கிளாஸ் தம்ளர்லாம் தூக்கிண்டு போவே? பத்து எடுத்திண்டுபோய் நாலை உடைச்சிட்டே? நான் உங்க நடராஜய்யர் கிட்டே ரிப்போர்ட் பண்ணிடறேன்!'

'அவருதான் சார் இங்கேந்து வாங்கிண்டு வரச்சொன்னவரு.'

'காலித் தம்ளர் எடுத்திண்டுபோனா காலித் தம்ளரா திருப்பிக்கொண்டு வருவாங்க?'

'அப்படிச் சொல்லுங்க...'

அப்போது நடராஜனே வந்தான். ஒரு சிறிது தலையசைத்துவிட்டுப் பரபரப்புடன் டெலிபோனை எடுத்து ஏதோ எண்ணைச் சுற்ற ஆரம்பித்தான். சம்பத் அவன் கண்ணில் பட்டான்.

'நீ இன்னும் சாப்பாடு வாங்கிண்டுவரப் போகலே?' என்று கவலையுடன் கேட்டான் நடராஜன்.

'இதோ போறேன், சார். சையத் வண்டியை நீங்கதான் ராம்லாலுக்குக கொடுத்தீங்களாம். அவரு வந்தவுடனே நான் போயிடறேன், சார்.'

'இப்பவே மணி பன்னெண்டாச்சு...' நடராஜனுக்கு அவன் டெலிபோன் செய்ய வேண்டிய எண் கிடைக்கவில்லை.

‘யாரு, ஜயசந்திரிகாவா?’ என்று புரோகிராம் மானேஜர் கேட்டான்.

‘ஆமாம்.’ நடராஜன் மிகவும் நிதானம் கலைந்தவனாக இருந்தான். சம்பத்தைப் பார்த்துவிட்டு, ‘ஏன் இன்னும் நிக்கறே?’ என்று கேட்டான்.

‘அவர் கிட்டே ஒரு சின்ன வேலை, சார்,’ என்று சம்பத் புரோகிராம் மானேஜரைக் காட்டினான்.

புரோகிராம் மானேஜர் வெடித்து வரும் கோபத்துடன், ‘இதோ பாருங்க, நடராஜய்யர். மானர்ஸ் தெரியாத பிளாட்பாரமெல்லாம் நீங்க கட்டிண்டு எப்படி வேணாப் போங்க. இங்கே ஸ்டூடியோப் பக்கம் இவுங்களெல்லாம் வேண்டாம்...’

‘யார் சார் பிளாட்பாரம்?’

‘சம்பத், என்னது?’ என்று நடராஜன் உரத்துக் கேட்டான்.

‘அவரு என்னன்னமோ பேசிண்டு போறாரு: யார் சார் பிளாட்பாரம்!’

புரோகிராம் மானேஜர், ‘ஹே, ஏ,’ என்றான்.

நடராஜன் எரிச்சலுடன் கையைத் தூக்கினான். அவன் டெலிபோன் செய்யவேண்டிய எண்ணுடன் இன்னும் யாரோ பேசிக்கொண்டிருந்தார்கள். நடராஜன், ‘இந்த ஸ்டூடியோவிலே இந்த ஒரு போனைவிட்டா வேறே கதியே கிடையாது,’ என்றான்.

ஒரு நிமிஷம் எல்லாம் மௌனமாக இருந்தது. சம்பத் புரோகிராம் மானேஜரிடம், ‘சார், எனக்கு நேரமாகிறது. அந்தப் பர்மிஷன் லெட்டர்லே ஒரு கையெழுத்துப் போட்டுத் தாங்க,’ என்று சிறிது மாறுபட்ட குரலில் சொன்னான்.

‘என்ன பர்மிஷன்?’

‘உங்க ஸ்டூடியோ பாக்க அஞ்சாறு பேர் வராங்க.’

புரோகிராம் மானேஜர் மேஜை மீது பார்த்தபடியே, ‘உனக்கு எதுக்கப்பா பர்மிஷன்லாம்? அந்த கேட் கூர்க்கா என்னைப் பாக்காத மாதிரிகூட நிக்கறான். உனக்கு ரெட்டை சலாம் போடறான்,’ என்றான்.

நடராஜன் முகத்தில் கவலைக்குறி சிறிது குறைந்தது.

சம்பத் பதில் பேசவில்லை. புரோகிராம் மானேஜர், 'எங்கே உன் காகிதம்?' என்று கேட்டான்.

சம்பத்தே மேஜைமீது இருக்கும் காகிதங்களைப் புரட்டிப் பார்த்து ஒரு தாளைத் தனியாக எடுத்துக்கொடுத்தான். புரோகிராம் மானேஜர் கையெழுத்து வாங்கிக்கொண்டு அவன் வெளியேபோகும்போது நடராஜன், 'சம்பத், இப்பவே லேட்டாறது. நீ உடனே டிபன் காரியரெல்லாம் எடுத்திண்டு கிளம்பு,' என்றான்.

சம்பத் ஒரு விநாடி தயங்கி, 'சார், இன்னும் ஒரு முப்பது ரூபாய் வேண்டியிருக்கும்,' என்றான்.

நடராஜன், 'நான் ஒங்கிட்டே அம்பது கொடுக்கச் சொன்னேனே?' என்றான்.

'அது உட்லண்ட்ஸுக்குச் சரியாப் போயிடும். கோஷ் சார் காலையிலேயே சொல்லிட்டாரு. டிலக்ஸ் ஹோட்டல் சேந்து அவருக்கும் ராம்லால் மாஸ்டருக்கும் வாங்கிண்டு வரணும். சவுண்டு ரிகார்டிஸ்ட் டேனியல் சாருக்கு எப்பவுமே புகாரியிலேந்து சூப்பு, சாண்ட்விச் கொண்டு வரணும்.'

நடராஜன், 'நான் இரண்டு மணிக்குள்ளே பாங்க்வேறே போயாகணும்,' என்று சொல்லிக்கொண்டான். பிறகு தன் கைப்பையைத் திறந்து சம்பத்திடம் முப்பது ரூபாய் எடுத்துக் கொடுத்தான். சம்பத் அறைக்கு வெளியே வரும்போது நடராஜன் புரோகிராம் மானேஜரிடம், 'எங்க ஷூட்டிங் வரப்போ எல்லாம் உங்க சவுண்டு இன்ஜினீயருக்கு புகாரி சூப், சிக்கன் இல்லேன்னா தலைசுத்தல் வந்துடறது,' என்று சொன்னான். இதற்கு புரோகிராம் மானேஜர் பதில் தருவான் என்று எதிர்பார்க்கவில்லை. சம்பத் மெதுவாகத்தான் போனான். அவன் நினைத்தபடியே நடராஜன் அவனை மீண்டும் அழைத்து, 'அப்படியே மானேஜர் சாருக்கும் ஒரு செட் கொண்டுவந்து விடு,' என்றான். புரோகிராம் மானேஜர், 'அதெல்லாம் எதுக்கப்பா?' என்றான். நடராஜன் அதைக் காதில் போட்டுக்கொள்ளாத மாதிரி டெலிபோனைச் சுழற்றினான். சம்பத், சையத் வண்டியைத் தேடிப்போனான்.

சையத் ஓட்டி வந்த கார் இரண்டாவது ஃப்ளோர் முன்னால் நின்றது. வாயோரங்களில் சிவப்பு கசிய ராம்லால் இறங்கினான். அவன் போட்டு மென்றுகொண்டிருந்த மசாலா வெற்றிலை பாக்கு

அருகிலிருப்போருக்கு நெடியடிப்பதாக மணத்துக்கொண்டிருந்தது. சம்பத் சையத்திடம், 'நீ எங்கேயும் போயிடாதே, பாய். இப்ப நாம்ப சாப்பாடு கொண்டுவரணும்,' என்று சொன்னான்.

அந்த இரண்டாவது ஃப்ளோரில்தான் சந்திரா கிரியேஷன்ஸுக்காக செட் போடப்பட்டிருந்தது. ஃப்ளோரின் பெரிய தள்ளுகதவுக்கு முன்னால் ஒலிப்பதிவு வண்டி நின்றுகொண்டிருந்தது. பக்கத்தில் மடக்கு நாற்காலிகளில் காமிராமென் கோஷ், டைரக்டர் ஜகந்நாத் ராவ், இன்னும் சிலர் உட்கார்ந்திருந்தார்கள். கோஷ் சம்பத்தைப் பார்த்து, 'ஹே, சம்பத்! ஹீரோயின் மேக்கப்புக்குப் போயாச்சா?' என்று கேட்டான். 'இன்னும் வரலை அவுங்க, அதுக்குத்தான் மானேஜர் டெலிபோன் பண்ணிண்டிருக்கார்,' என்று சம்பத் பதில் சொன்னான்.

கோஷ் காறித் துப்பினான். ஜகந்நாத் ராவ் அமைதியாகப் புகை பிடித்துக்கொண்டிருந்தான்.

சம்பத் ஃப்ளோர் உள்ளே போனான். ஆற்றங்கரை மாதிரி ஜோடனை செய்து ஒரு மரமும் நான்கு செடிகளும் அங்கிருந்தன. பலவிதக் காகிதப் பூக்களை எல்லாச் செடிகளிலும் மரத்திலும் கட்டியிருந்தார்கள். மேலே குறுக்கு நெடுக்காகத் தொங்கிக் கொண்டிருந்த பலகைப் பரண்களில் சிறிதும் பெரிதுமான விளக்குகள் பொருத்தப்பட்டு ஷூட்டிங்குக்குத் தயாராக வைக்கப்பட்டிருந்தன. தரையில் லைட்பாய்ஸ், தச்சுவேலை மற்றும் எடுபிடி ஆட்கள் உட்கார்ந்துகொண்டு வெற்றிலை போட்டுக்கொண்டிருந்தார்கள். முனுசாமி அங்கே இருந்தான். சம்பத் அவனிடம், 'நான் சாப்பாடு வாங்கி வரப்போறேன். என் வீட்டிலிருந்து ஏழெட்டுப்பேர் வருவாங்க. வந்தாக் கொஞ்சம் நல்லாத் தெரியற இடமாப் பாத்துப் பெஞ்சு போட்டு உக்கார வைக்கிறீங்களா?' என்று கேட்டான்.

'அதெல்லாம் நான் பாத்துக்கறேன். ஆனா நீ பர்மிஷன் எழுதியிருக்கயா? அங்கே ரிசப்ஷன்லே இருக்கிற ஆளு தகறாரு பண்ணப்போறான்.'

'நான் பர்மிஷன் வாங்கி வைச்சிருக்கிறேன்.'

'ஹீரோயினி வந்துட்டா அரைமணி ஷூட்டிங்குதான், அப்புறம் ஆபீஸுக்காவது போய் கொஞ்சம் காலை நீட்டலாம்.'

அவுட்டோர் ஷூட்டிங்கு போயிட்டு வந்தாலே உடம்பெல்லாம் ஒரே பேஜாராப் போயிடறது.'

வெளியேயிருந்து டைரக்டர், 'ராஜ்கோபால்! ராஜ்கோபால்!' என்று கூப்பிடுவது கேட்டது.

முனுசாமி அவன் பேச்சையே தொடர்ந்து, 'அந்தம்மாவைக் காலையிலேயே கூப்பிட்டுட்டு இந்நேரத்துக்கு வேலையை முடிச்சிருக்கலாம். இத்தினி லைட்பாய்சும் காத்துட்டிருக்க வேண்டாம்.'

'ஏம்பா? இந்த எழவெடுத்த ஸ்டூடியோவிலே என்னிக்கோ ஒரு நாள்தான் காலை ஷிப்டை ஒரு அவுரு இரண்டு அவுரு கண்டின்யூ பண்ணச் சொல்றாங்க. அதிலேயும் வயத்திலே அடிக்கப் பாக்கிறீயா?' என்று ஒரு லைட்பாய் முனுசாமியைக் கேட்டான்.

ஜகந்நாத் ராவே உள்ளே வந்தான். 'ராஜ்கோபால் இல்லை?' என்று கேட்டான்.

'இல்லீங்களே,' என்று முனுசாமி சொன்னான்.

'சரி, சம்பத், நீதான் போய் தியேட்டர் ஃப்ரீயாயிருக்குதா பாத்துண்டு வா,' என்று ஜகந்நாத் ராவ் சொன்னான்.

ஃப்ரீயாத்தான் சார் இருக்கு. நான் வரப்போ பாத்தேன், சார்.'

'அப்போ ஆபரேட்டர் கிட்டேயும் சொல்லிட்டு எடிட்டர் கிட்டேயும் சொல்லிட்டு உடனே கடைசியா எடுத்த ரஷ்ஷெல்லாம் தயாரா வைக்கச் சொல்லு. இப்ப நாங்க ஒரு புரொஜக்ஷன் பாத்துடறோம்.'

சம்பத் வெளியே வந்தபோது கோஷ் நின்றுகொண்டு ராம்லாலின் வயிற்றில் குத்த முயற்சி செய்துகொண்டிருந்தான். தொங்கத் தொங்க இருந்த பைஜாமா அழுக்காவதையும் பொருட்படுத்தாமல் ராம்லால் எகிப்திய நடனத்தை அவனுக்குப் புரிந்த அளவுக்கு ஆடிக் காட்டிக்கொண்டிருந்தான். கோஷும் சம்பத்திடம், 'தியேட்டர்லே ரஷ் போடச் சொல்லு,' என்றான்.

சம்பத், சையத் வண்டியில் ஏறிக்கொண்டான். வண்டியை சந்திரா கிரியேஷன்ஸ் அறை முன்னால் சையத் நிறுத்தினான்.

'ஐயரு மறுபடியும் வந்து ரொம்பச் சத்தம் போட்டுட்டு போனாரு,' என்று சொல்லியபடி தாஸ் காரியர் பாத்திரங்களை வண்டியில் எடுத்து வைக்கத் தொடங்கினான்.

சம்பத் சொன்னான், 'பத்தே நிமிஷத்திலே கொண்டு வந்திடலாம். நான் உட்லண்ட்ஸுக்கு அப்பவே டெலிபோன் பண்ணி இருபது சாப்பாடு எடுத்து வைக்கச் சொல்லிட்டேன்.'

டிபன் காரியர்கள் ஆடி அசையவில்லை. ஆனால் பித்தளை அடுக்குகள் கடகடவென்று ஒன்றுக்கொன்று மோதியபடி சப்தமெழுப்பிக்கொண்டிருந்தன.

'ஒரு நிமிஷம்,' என்று சொல்லிவிட்டு, சம்பத் காரிலிருந்து இறங்கி ஸ்டூடியோ புரொஜக்ஷன் தியேட்டர் மாடிக்குச் சென்றான். அங்கே ஆபரேட்டரிடம் சொல்லி விட்டு எடிடிங் டிபார்ட்மெண்ட்டுக்குப் போனான்.

ஸ்டூடியோவில் அந்தப் பிரிவு மட்டும் ஏர்கண்டிஷன் செய்யப்பட்டிருந்தது. எடிடர் பீதாம்பரம் யாரையோ கண்டபடி வைதபடி இருந்தான். சம்பத்தைப் பார்த்து, 'ஏ(ன்)யா, எப்போ அவுட்டோர் முடிச்சு வந்தீங்க?' என்று கேட்டான்.

'பத்து, பத்தரைக்கே வந்திட்டோம், சார். டைரக்டர் சார் ரஷ் பாத்துடலாம்னு சொன்னார். நான் ஆபரேட்டர் கிட்டேயும் சொல்லிவிட்டேன், சார்.'

'இன்னிக்கு, இப்போ இன்டோர் ஷூட்டிங்கு இல்லை?"

'இருக்கு, சார். இன்னும் ஸ்டார்ட் ஆகலை, சார்.'

'அந்தக் குட்டி இன்னும் வரலை. அதுதானே.'

சம்பத் அதில் ஈடுபடுத்திக்கொள்ளாமல், 'நான் வரட்டுமா, சார்,' என்றான்.

பீதாம்பரம், 'டேய் கழுதைப் பயலே!' என்று குரல் கொடுத்தான், முகத்தைக் கடுமையாக வைத்துக் கொண்டு. நன்றாக உடை உடுத்த ஓர் இளைஞன் வந்தான்.

'ஏண்டா சோம்பேறி! வெள்ளைச் சட்டை, குழாய் மாட்டிண்டா ஆயிடுத்தாடா, கழுதை! நேத்து அஸ்ஸெம்பிள் பண்ணின கானெல்லாம் தியேட்டருக்குக் கொண்டு போடா, தூங்குமூஞ்சி!"

அந்த இளைஞன் முகமாறுதலே இல்லாமல் சில வட்டத் தகரப் பெட்டிகளைச் சுமந்துகொண்டு போனான்.

'சார், உங்களுக்குச் சாப்பாடு?' என்று சம்பத் மெதுவாகக் கேட்டான்.

'நம்பளுக்குச் சாப்பாடா? வேண்டாம்பா. சும்மா வெறும் பூரி, சப்பாத்தி குருமா அப்படி ஏதாவது கொண்டு வா,' என்றான் பீதாம்பரம்.

'சரி, சார்.'

'அந்த வெடியாமூஞ்சிக்கு மட்டும் நல்ல சாப்பாடா போட்டுடு. அவன் காலைலேந்து ஒண்ணும் திங்கலை.'

'சரி, சார்.'

'ஆமாம், எங்கே சிகரெட்?'

'நான் வெளியிலே போயிட்டு வந்து உங்களுக்குக் கொண்டு வந்திடறேன், சார்.'

சம்பத் ஓடிவந்து வண்டியில் ஏறிக்கொண்டான். சையத் வேகமாக வண்டியைக் கிளப்பினான். ஆனால் ஸ்டூடியோ வரவேற்பாளர் இடத்தைத் தாண்டும்போது சம்பத், 'கொஞ்சம் நிறுத்திக்குங்க, பாய்,' என்றான். நான்கு டயர்களும் சர்ரென்று சப்தமெழுப்ப சையத் வண்டியை நிறுத்தினான். சம்பத் கீழேயிறங்கி வரவேற்பாளர் மேஜையருகே ஓடினான். அப்போது ஒரு கார் ஸ்டூடியோ கேட்டில் நுழைந்து அவர்களைத் தாண்டி உள்ளே வேகமாகப் போயிற்று. சம்பத் ஒரு கணம் அப்படியே நின்றான். பிறகு ஒரு காகிதத்தை எடுத்துக்கொடுத்தான்.

'ஏங்க, வண்டியிலே உள்ளே போனது உங்க முதலாளிதானே?' என்று வரவேற்பாளன் சம்பத்தைக் கேட்டான்.

'ஆமாம், எங்க ரெட்டியார்தான் போறாரு . . . இதோ இவங்க வந்தாங்கன்னா முனுசாமிகிட்டே அனுப்பிச்சிடுங்க. அவர் பாத்துப்பாரு,' என்று சொல்லிவிட்டு சம்பத் காரிடம ஓடினான். சையத்திடம், 'உம், ஜல்தி,' என்றான்.

'எங்கே ஜல்தி! நீ பத்தடிக்கொருவாட்டி நின்னு நின்னு போனா?'

வண்டி நின்றுதான் போயிருந்தது. உடனே கிளம்பவில்லை. அதைப் பிடித்துத் தள்ள சம்பத் இறங்க இருந்தபோது அவன் முதலாளி கார் இந்தத் தடவை உள்ளேயிருந்து வெகுவேகமாக அவர்களைத் தாண்டி வெளியே போயிற்று.

'மானேஜர் சார் மட்டும்தானே போறாரு?' என்று சையத் கேட்டான்.

'பாங்குக்குப் போகணும்னாரு. ஒருவேளை ஜயசந்திரிகா வீட்டுக்குமாயும் இருக்கலாம்,' என்று சம்பத் சொல்லி இறங்கினான்.

'அந்த அம்மா எப்பவுமே லேட்டுத்தான்,' என்று சொல்லியபடி சையத் முரட்டுத்தனமாகவே காரைக் கிளப்பப் பார்த்தான். கார் கிளம்பிவிட்டது.

உட்லண்ட்ஸ் ஹோட்டலில் நேரமே வீணடிக்காமல் சாப்பாடு எடுத்துக் கொடுத்துவிட்டார்கள். இருபது வாழைப்பழம், பீடா எண்ணிப் போட்டுக் கொண்டிருக்கும்போது ஒருவன் சம்பத்தைத் தனியாக அழைத்துப்போய் தம்ளர் நிறைய ஜில்லென்றிருந்த பாதாம்கீர் கொடுத்தான். 'டிரைவருக்குக் கொடுத்தாயா?' என்று சம்பத் கேட்டான்.

'அங்கே மானேஜர் நிக்கறாரு'

சம்பத் கிளம்பும்போது ஹோட்டலைச் சேர்ந்த நான்கு பேர்கள் அவன் பார்வையில் விழுமாறு எட்டிப் பார்த்தார்கள். அவர்களில் ஒருவனுக்குத்தான் ஒரே ஒருநாள் ஒரு மூன்று ரூபாய் வேஷம், சம்பத்தால் வாங்கித்தர முடிந்திருக்கிறது.

'என்ன தம்பி, மிலிட்டிரி சாப்பாட்டுக்கும் இப்படியே போயிடலாமா, இல்லை, இதை ஸ்டூடியோவிலே இறக்கிட்டுப் போகலாமா?' என்று சையத் கேட்டான்.

'ஸ்டூடியோ போயிட்டு அப்புறம் டிலக்ஸ் ஹோட்டலுக்குப் போகலாம்,' என்று சம்பத் சொன்னான்.

சையத் வண்டியை நேரே டிபன் ஹாலுக்கே கொண்டு போய் நிறுத்தினான். வண்டியில் சாம்பார், ரசம் எல்லாம் சிறிது சிறிதுதான் கொட்டியிருந்தாலும் ஏகமாக வாசனையடித்தது.

வெயில் சுளீரென்று அடித்தது. பாத்திரங்களை இறக்கி வைப்பதற்கு யாரையாவது கூப்பிடலாமென்று சம்பத் இறங்கிய

போது டிபன் ஹாலிலிருந்து முனுசாமியே வந்தான். 'நீ வந்தது நல்லதாப் போச்சு. எல்லாரும் சாப்பாட்டுக்காகக் காத்திருக்காங்க,' என்றான்.

'ஷூட்டிங் இல்லே?' என்று சம்பத் கேட்டான்.

'சாப்பிட்டானப்புறம் பாத்துக்கலாம்னு டைரக்டர் சொன்னாரு.'

'அப்போ...'

முனுசாமி உடனே சொன்னான், 'உன் வீட்டுக்காரங்கள்ளாம் வந்துட்டாங்க. அவுங்களுக்கு வெளியிலே அரச மரத்தடியிலே பெஞ்சு போட்டு உக்காரச் சொல்லியிருக்கேன்.'

'அதில்லே ... ஷூட்டிங்?'

'ஜயசந்திரிகா இன்னும் வரலை.'

உட்லண்ட்ஸ் சாப்பாட்டை இறக்கிவைத்துக் கொண்டிருக்கும் போது சம்பத் அரசமரத்தடிக்குச் சென்றான். அங்கே பார்வதி, உமாபதி, அவர்கள் அம்மா, அவர்கள் அம்மாவுடைய அம்மா, தம்பி தங்கவேலு எல்லோரும் அடக்க ஒடுக்கமாக பெஞ்சியில் உட்கார்ந்திருந்தார்கள். உமாபதி சிவப்புச் சட்டை அணிந்திருக்கவில்லை. பார்வதி ரிப்பன் கட்டிக்கொள்ளவில்லை. சம்பத்தைப் பார்த்து அவர்கள் புன்முறுவல் செய்வதா கூடாதா என்ற தயக்கத்தில் இருந்தார்கள். சம்பத், 'எப்படியும் ஒரு கால்மணி அரை மணிலே ஆரம்பமாயிடும். இங்கேயே இருங்க,' என்றான். பார்வதிக்கு மிகவும் வியர்த்தது.

'யாரோ ஜயசந்திரிகா வரலையாம்?' என்று பார்வதியின் அம்மா கேட்டாள். சம்பத்துக்கு எரிச்சலாக இருந்தது. அவன் அதைக் காதில் போட்டுக்கொள்ளாமல், 'இங்கே சௌகரியமா இருக்கா? தண்ணி கிண்ணி ஏதாவது கொண்டுதரச் சொல்லட்டுமா?' என்று கேட்டான்.

'எல்லாம் இருக்கு, தம்பி. நீ பாவம் உன் வேலையெல்லாம் விட்டுட்டு ...' என்றாள் பார்வதியின் அம்மா.

அவர்களை அப்படியே விட்டுவிட்டு மறுபடியும் டிபன் ஹாலுக்குச் சம்பத் போனான். வழியில் டைரக்டர், இன்னும்

சில சிப்பந்திகள் கண்ணில் பட்டார்கள். அவர்கள் முகம் சரியாயில்லை.

டிபன் ஹால் எதிரில் வண்டியைக் காணவில்லை. கோஷ்தான் தென்பட்டான். சம்பத்துக்கு வயிற்றில் சங்கடமேற்பட்டது. முனுசாமியையும் தாஸையும் காணோம்.

சம்பத் பரபரப்புடன் புரோகிராம் ஆபீஸ் பக்கம் வந்தான். அங்கே வண்டி இருந்தது. சையத் மிகுந்த மரியாதையுடன் வண்டியின் பின்புறக் கதவுப் பிடியைப் பிடித்தபடி நின்றான்.

'என்ன?' என்றான் சம்பத்.

'முதலாளி உள்ளே இருக்காரு,' என்று தணிந்த குரலில் சையத் புரோகிராம் ஆபீஸைக் காட்டினான்.

'முருகேசன் வண்டி இன்னும் வரலையா?'

'வரலைப் போலத்தான் தெரியுது. ஜயசந்திரிகா இன்னும் வரலை. கடைசியா அவளை இட்டுட்டு வரேன்னு போன மானேஜர் சாரும் வரலை. அதான் முதலாளி டெலிபோன் பண்ணறாரு.'

'நாம போய் டிலக்ஸ் சாப்பாட்டை வாங்கி வந்துடலாமே.'

'முதல்ாளி வண்டி கேட்டிருக்காரு. என்னைக் கேட்டா, நீயும் எங்கேயும் போயிட வேண்டாம். இங்கேயே இரு.'

இப்போது எங்கிருந்தோ தாஸ் ஓடிவந்தான். 'தாஸ்,' என்று சம்பத் கூப்பிட்டான்.

'என்ன?' என்றான் தாஸ்.

அவனிடம் இருபது ரூபாயைக் கொடுத்து பட்டியலும் சம்பத் சொன்னான். 'நீ ஒரு டாக்ஸி பிடிச்சு இதெல்லாம் உடனே வாங்கி வந்திடு,' என்றான்.

தாஸ் முணுமுணுத்திருப்பான். ஆனால் அப்போது ரெட்டியார் புரோகிராம் ஆபீசிலிருந்து வெளியே வந்தார். அவர் வந்த வேகத்தில் அறையின் ஸ்பிரிங் கதவுகள் பலமுறை வீசிவீசித் திறந்து மூடிக்கொண்டன. சையத் ஒரு நொடியில் வண்டியின் பின்கதவைத் திறந்துவைத்துக் காத்திருந்தான்.

தாஸ் ஓடியே போய்விட்டான். நின்ற இடத்தில் ரெட்டியாரைப் பார்த்தபடியே சம்பத் அசைவற்று நின்றுகொண்டிருந்தான்.

எதிரில் இருப்போர் யாருக்கும் உடனே ஆழ்ந்த மரியாதை தானாக உண்டாகும் தோற்றம் கொண்ட ரெட்டியார் செய்வதொன்றும் விளங்காமல் வெயிலில் அப்படியே நின்றுகொண்டிருந்தார். பிறகு ஒரு முடிவுக்கு வந்தவராக வண்டியில் ஏறிக் கொண்டார். கண் இமைக்கும்போதில் சையத் அக்கதவை மூடித் தன் இடத்தில் உட்கார்ந்து இஞ்சினைக் கிளப்பினான்.

ரெட்டியார் வண்டியில் உட்கார்ந்தபடியே கண்ணாடி வழியாகத் திரும்பிப் பார்த்தார். சம்பத்தைப் பார்த்துச் சிறிது தலையசைத்தார். சம்பத் வேகமாக அவர் பக்கம் போய் நின்றான்.

'நீயும் ஏறிக்கப்பா,' என்று ரெட்டியார் சொன்னார். சம்பத் சையத் பக்கத்தில் உட்கார்ந்துகொண்டான்.

சையத் கியரையும் போட்டுக் காத்திருந்தான். 'ஜய சந்திரிகா வீட்டுக்குப் போப்பா,' என்றார் ரெட்டியார்.

வண்டி கிளம்பியது.

மூன்று

கீழ் ஹாலில் டெலிபோன் மணி அடித்துக் கொண்டே இருந்தது. ரெட்டியார் இறங்குவதற்கு மாடிப்படியருகில் வந்தார். தன் அறையிலிருந்து மாடிப்படிவரை வேகமாக வந்ததுகூட அவரை மூச்சு வாங்கச் செய்தது. டெலிபோன் சீராக விட்டுவிட்டு மணி அடித்துக்கொண்டிருந்தது. ரெட்டியார் ஒரு கண நேரம் ஆசுவாசம் செய்துகொண்டு படி இறங்கத் தொடங்கியபோது கோடி அறைக் கதவு திறந்தது. அவருடைய சொந்த வீட்டிலேயே அந்தக் கோடி அறை, அதை அடுத்த இரு அறைகளில்தான் மூன்று மாதங்களாக அவரும் அவர் குடும்பமும் வசித்து வரவேண்டியிருந்தது. கோடி அறை சுரேஷுடையது. அப்பா நிற்பதைப் பார்த்து அவன் ஒரு வினாடி தயங்கினான். அவருக்கு மூச்சு வாங்குவதைப் பார்த்ததும் மேற்கொண்டு காத்திராமல் அவனே கீழே போய் போனை எடுத்தான்.

போனை எடுத்து அவனாகச் சொன்ன வார்த்தை 'சரி.' போனை வைத்துவிட்டு ரெட்டியாரைப் பார்த்து, 'அவுட்டோர் ஷூட்டிங் முடிந்து எல்லாருமே ஸ்டூடியோ போய்ச் சேர்ந்துவிட்டார்கள்,' என்றான்.

ரெட்டியாருக்குத் தன் மகனை நேருக்கு நேர் பார்க்க முடியவில்லை. அவன் பையன் என்பது மாறி ஓர் இளைஞனாகிக் கொண்டிருந்தான். படபடப்பே அடைய முடியாத திடசாலியாக, அமைதி தோன்ற

நின்றுகொண்டிருந்தான். அவனுடைய ஸ்கூட்டரைப் பதினைந்து நாட்கள் முன்புதான் ரெட்டியார் யாரிடமோ கொடுத்துவிட வேண்டிய நிர்ப்பந்தம் வந்தது. காலேஜில் படிப்பவன். நிறைய நண்பர்கள் உடையவன். நன்றாகப் பல விளையாட்டுக்களில் பங்கெடுத்துக் கொள்பவன். அப்படிப்பட்டவன்தான் தினம் இருபது மைல், முப்பது மைல் தூரம் ஓட்டிக்கொண்டிருந்த ஸ்கூட்டரை அப்பா பறித்துக்கொண்டதற்கு ஒரு வார்த்தை எதிர்த்துச் சொல்லவில்லை. அப்பாவிடம் அவனுக்குச் சிறிதுகூட மனவருத்தம் இருப்பதாகவே தெரியவில்லை. அத்தனைக்கும் அன்றிலிருந்து அவன் காலேஜுக்கு சைக்கிளில் போய்க்கொண் டிருக்கிறான். போக நான்கு மைல், வர நான்கு மைல். அனேக நாட்கள் காலை உணவுகூடச் சரியாகச் சாப்பிட முடியாமல் ஏழு மணிக்கே அவன் கிளம்பிப் போகவேண்டியிருக்கிறது. இன்னும் ஒன்றரை வருடங்கள் கழிந்தால் அவன் என்ஜினீயர் ஆகிவிடுவான். ஆகிவிடவேண்டும்.

சுரேஷ் டெலிபோன் அருகிலேயே நின்றுகொண்டிருந்தான். ‘வேறெ ஒண்ணும் இல்லையே?’ என்று ரெட்டியார் கேட்டார்.

‘இந்தத் தகவல் மட்டும் சொல்லிவிடு என்று நடராஜன் சொன்னார்.’

‘சரி.’

ரெட்டியார் திரும்பத் தன் அறைக்குப்போய் மூக்குக் கண்ணாடிக் கூட்டையும் சிகரெட் டின்னையும் எடுத்துக் கொண்டார். சந்திரா நாற்காலியில் உட்கார்ந்தபடி அவரையே பார்த்துக்கொண்டிருந்தாள். அவள் கண்களடியில் படர்ந்திருந்த கருப்புத்திட்டுக்கள் அவள் முகத்தில் தெரிந்த சோர்வை இன்னமும் அதிகப்படுத்திக் காட்டின. புருவ மயிர்களை அவள் சினிமாவில் நடித்திருந்த காலத்தில் அகற்றி இருக்கவேண்டும். இப்போது புருவத்திற்கு கறுப்பு இட்டுக் கொள்வதில் அவள் அக்கறை கொள்ளாமல் இருந்ததால் அவள் முகம் பழக்கப்படாத எவருக்கும் ஏதோ குறைப்பட்டதாகத்தான் தெரியும். ரெட்டியார் அவளிடம் ஒரு செக் புஸ்தகத்தை நீட்டி, ‘ஒரு கையெழுத்துப் போட்டுக்கொடு,’ என்றார். சந்திரா கிரியேஷன்ஸ் அவள் பெயரில்தான் இருந்தது. அது ஒருவிதத்தில் சௌகரியமாக இருந்தது.

சந்திரா ஒன்றும் சொல்லாமல் கையெழுத்திட்டுக் கொடுத்தாள். ரெட்டியாரும் அவளும் ஒன்றுமே பேசிக்

கொள்ளாமல் இருந்தாலும்கூட ஒருவருக்கொருவர் எல்லா விவரங்களும் உணர்ந்தவர்களாகத் தெரிந்தார்கள்.

ரெட்டியார் வெளியே கிளம்பத் தயாராக இருந்தார். அப்போது அந்த அறைக்கதவைத் தாண்டி சுரேஷ் போனான். சந்திரா, 'சுரேஷ்,' என்று கூப்பிட்டாள்.

'என்னம்மா?' என்று கேட்டுக்கொண்டு சுரேஷ் வந்தான்.

'இன்னிக்குக் காலேஜிலிருந்து வரும்போது எங்கம்மா வீட்டுக்குப் போய்விட்டு வரமுடியுமா?'

சுரேஷ் ஒரு கணம் தயங்கினான். பிறகு, 'சரிம்மா,' என்றான்.

ரெட்டியார் சந்திராவைக் கல்யாணமாகச் செய்துகொண்டபோது சுரேஷுக்குப் பதின்மூன்று வயது. அதன் பிறகு ஒன்றரை, இரண்டு ஆண்டுகள் கழித்து சுரேஷின் அம்மா ஒரேயடியாக ஊரோடுபோய் இருந்துவிட்டாள். ஆனால் சுரேஷ், சந்திராவை அம்மா என்றுதான் அழைத்துவருகிறான். அவர்கள் இருவரும்கூட ஒருவரையொருவர் புரிந்துகொண்டு பாசத்தோடு பழகி வருபவர்கள் போலத்தான் இருக்கிறது. சந்திராவுடைய அம்மா கஷாயம், லேகியம் முதலியன தயாரிப்பதில் திறமைசாலி. மாற்றாந் தாய்க்கு மருந்து வாங்கிவரத்தான் சுரேஷ் மாலையில் போகப்போகிறான். சுரேஷ் ரெட்டியாரைப் பார்த்து, 'காரைக் கொண்டுவரச் சொல்லட்டுமா, நாநா?' என்று கேட்டான்.

ரெட்டியார், 'சரி,' என்றார். சுரேஷ் உடனே விரைவாக மாடிப்படி இறங்கி வீட்டு வெளியே சென்று அடுத்த தெருவுக்குப் போனான். அங்கேதான் ஒரு தெரிந்தவர் வீட்டில் ரெட்டியாருடைய காரை வைத்திருந்தது. ஒரு காரணமாகத்தான்.

ரெட்டியாரும் படியிறங்கிக் கீழ் ஹாலுக்கு வந்தார். அந்தப் பெரிய ஹால் முழுக்கக் காலியாக இருந்தது. ஒரு சமயத்தில் அங்கே பெரிய பெரிய சோபா, நாற்காலிகள் இருந்திருக்க வேண்டும் என்பதற்குப் பல அடையாளங்கள் சுவரிலும் தரையிலும் காணப் பட்டன. ஆனால் இப்போது டெலிபோனைக்கூட ஒரு ஜன்னல் விளிம்பில்தான் வைத்திருந்தது. இரண்டு நாட்கள் முன்னால் அவ்வீட்டிலிருக்கும்போதே சுரேஷும் சின்னவன் ஆனந்தும் ஹாலில் கிரிக்கெட் விளையாடினார்கள். மற்ற கீழ் அறைகள் எல்லாம் பூட்டப்பட்டு இருந்தன. ஒரு அறை பூட்டி, சீல் கூட வைக்கப்பட்டிருந்தது.

சோமயாஜுலு வண்டியை ஓட்டிவர, பக்கத்தில் சுரேஷ் உட்கார்ந்துகொண்டு வந்தான். தெரு நடைபாதையை ஒட்டியவாறு சோமயாஜுலு வண்டியை நிறுத்தினான். சோமயாஜுலுவுக்கு வழுக்கை விழுந்து விட்டது. யார் என்ன சொன்னாலும் அவன் சட்டையை டிரௌசருக்குள் சொருகிவிட்டுக்கொள்ளமாட்டான். அவன் சுரேஷைத் தோளில் தூக்கிப் போட்டுக்கொண்டு விளையாட்டுக் காண்பித்த நாள் உண்டு. ஆனால் இன்று வயது ஒரு வித்தியாசமாகத் தோன்றாமல் இருவரும் நண்பர்கள் போலத்தான் இருந்தார்கள். அப்பாவைப் பார்த்து விட்டு சுரேஷ் வண்டியைவிட்டு இறங்கினான். ரெட்டியார் சோமயாஜுலுவைப் பார்த்து, 'வண்டியை ஆஃப் பண்ணிவிடு,' என்றார். சோமயாஜுலுவும் அப்படியே செய்துவிட்டு வண்டியிலிருந்து இறங்கி வெளியே நின்றான்.

'நீ போஸ்டாபீஸுக்குப் போய் தபால் பார்த்துக் கொண்டு வந்துவிடுகிறாயா?' என்று ரெட்டியார் சோமயாஜுலுவைக் கேட்டார்.

'சரி,' என்றான் சோமயாஜுலு.

'இவ்வளவு நேரத்துக்குத் தபால்காரன் கிளம்பியிருப்பான், நாநா,' என்றான் சுரேஷ்.

ரெட்டியார் ஒன்றும் சொல்லவில்லை.

'சரியாப் பத்தரை மணிக்கெல்லாம் இரண்டாம் தபாலை எடுத்துக்கொண்டு எல்லா தபால்காரர்களும் கிளம்பி விடுகிறார்கள். இப்போது போஸ்டாபீஸ் போனால் யாரையும் பார்க்கமுடியாது.'

ரெட்டியாருக்கு இந்த சுரேஷ் ஏன் இப்படி எல்லாம் தெரிந்தவனாக, எல்லாருடனும் இழைந்து இருக்கக் கூடியவனாக, தன் பக்கத்திலே நின்றுகொண்டு சில்லறைக் காரியங்களைக் கூடத் திட்டவட்டமாகச் செய்பவனாக இருக்கிறான் என்று எரிச்சலாகக்கூட வந்தது. ஏன் இவன் அவன் அம்மாவுடனே கண் காணாமல் போய் நிம்மதியாக இருப்பதற்குப் பதிலாக இங்கே இருந்துகொண்டு அல்லல்படுகிறான்? ஆனால் சுரேஷோ அப்படி எல்லாம் நினைப்பவனாகவே இல்லை. அவன் வரையில் அவனால் எப்படியோ சந்தோஷத்தைப் பிடித்துவைத்துக்கொள்ள முடிகிறது. அவனுக்கு யார் முகத்தைப் பார்ப்பதற்கும் சங்கடமாக இருப்பதில்லை.

‘நீ போய் உன் வேலையைப் பார்,’ என்று ரெட்டியார் சுரேஷிடம் சொன்னார். அவன் அதற்குக்கூட முகத்தில் சுணக்கம் காட்டாமல் வீட்டு உள்ளே போய்விட்டான். ரெட்டியார் இன்னமும் காரில் ஏறாமல் நின்றுகொண்டிருந்தார். சோமயாஜுலு ரெட்டியாரையே உற்றுப் பார்த்துக்கொண்டிராத பாவனையில் எதிர் பங்களா கேட்டைப் பார்த்த மாதிரி நின்றுகொண்டிருந்தான். அப்போது சைக்கிளில் விசுவநாத சாஸ்திரி வந்தார். அவர் சென்னையில் உள்ள எல்லா தெலுங்கு திரைப்படக் கம்பெனிகள் ஆரம்ப விழாப் பூஜைகளையும் நடத்தித் தருவார். படங்களில் வரும் புரோகிதர் வேஷத்தையும் அவரே போட்டுக்கொள்வார். ரெட்டியாரைப் பார்த்து, சைக்கிளைவிட்டு இறங்கி, ‘நமஸ்காரம்,’ என்றார்.

ரெட்டியார், ‘நமஸ்காரம்,’ என்றார்.

‘உங்களைப் பார்க்கத்தான் கிளம்பி வந்தேன்,’ என்றார் சாஸ்திரிகள்.

‘என்ன ?’

‘ஒன்றுமில்லை. உங்கள் மாதிரி பிரபுக்களுக்கு ரொம்பச் சின்ன விஷயம்.’

‘என்ன ?’

‘என் தம்பி ஒருவன் என்னோடு வந்திருக்க ஊரிலிருந்து வந்துவிட்டான். மூன்று வருஷம் ஸிக்ஸ்த் ஃபாரம் பரீட்சைக்குப் போனான். பாஸாகவில்லை.’

‘சரி.’

‘உங்களுடையது மாதிரிக் கம்பெனியில் வேலை செய்ய ஆசைப்படுகிறான். தயை பண்ண வேண்டும்.’

‘பார்க்கலாம்.’

‘உங்கள் மாதிரிப் பெரியவர்கள் அப்படியெல்லாம் சொல்லிவிடக் கூடாது. நீங்களெல்லாம் தேவேந்திரனுக்குச் சமானம்.’

‘பார்க்கலாம்.’

‘ரொம்ப நன்றாகப் பாடுவான். குரல் நம் கண்டசாலா வெங்கடேஸ்வர ராவ்காரு மாதிரியே இருக்கும் ...’

ரெட்டியார் பொறுமையிழந்து காணப்பட்டார். ‘ஆபிஸில் வந்து பார்க்கச் சொல்லுங்கள்,’ என்றார்.

‘இன்றைக்கே வரச் சொல்கிறேன்.’

'இன்றைக்கு வேண்டாம். இன்று ஷூட்டிங் இருக்கிறது. வருகிற வாரம் பார்க்கலாம்.'

'உங்களைப் போன்ற குபேரபதிகளின் சம்ரக்ஷணையால்தான் என்போன்ற ஏழைப் பிராமணன் சம்சாரம் நடத்த முடியும். அந்த சர்வேஸ்வரன் உங்களுக்கு சகல சம்பத்தும் தருவான். உங்கள் கம்பெனியில் எல்லாம் தமிழ்காரர்களையே வைத்திருக்கிறீர்கள், உங்கள் ஆள் என்று என் தம்பி இருப்பான்.'

'சோமயாஜுலு!'

சோமயாஜுலு திடுக்கிட்டுத் திருப்பினான்.

'காரைக் கிளப்பு!'

ரெட்டியார் வண்டியில் ஏறிக்கொண்டு கதவைச் சிறிது வேகமாகச் சாத்தினார். சோமயாஜுலு நொடிப்பொழுதில் வண்டியைக் கிளப்பிவிட்டான். அப்போது சந்திரா கிரியேஷன்ஸ் அக்கவுண்டண்ட் வந்தார். 'இது வந்துவிட்டது,' என்று சொல்லி ஒரு கவரை ரெட்டியாரிடம் கொடுத்தார். ரெட்டியார் அதைப் பிரித்துப் பார்த்தார். விசுவநாத சாஸ்திரி தள்ளிப்போயிருந்தார். ரெட்டியார், 'இங்கே வாங்க, பந்துலுகாரு,' என்றார்.

சாஸ்திரி வந்தார்.

'உங்கள் தம்பியை இன்று மாலையே வரச்சொல்லுங்கள். சோமையா, நேரே ஸ்டூடியோவுக்குப் போ.'

சோமயாஜுலு வண்டியை நேரே வினாயகா ஸ்டூடியோவுக்குக் கொண்டுபோனான். ரெட்டியார் ஸ்டூடியோ ரிசப்ஷனைப் பார்த்தார். அங்கே சம்பத் அவரிடமிருந்து ஒளிந்துகொள்ள முயற்சித்தது போலிருந்தது.

இரண்டாவது ஃப்ளோர் எதிரே சோமயாஜுலு வண்டியை நிறுத்தினான். அங்கே முனுசாமியும் சில ஆள்களும்தான் இருந்தார்கள். 'இங்கே வாப்பா,' என்று ரெட்டியார் முனுசாமியைக் கூப்பிட்டார். 'எங்கே டைரக்டர் எல்லாம்? ஹீரோயின் மேக்கப் நடக்கிறதா?' என்று கேட்டார்.

'டைரக்டர், காமிராமென் எல்லாம் ரஷ் பாக்கத் தியேட்டருக்குப் போயிருக்காங்க. இப்பத்தான் போனாங்க.'

'ஹீரோயின் மேக்கப் முடியலையா?'

'இன்னும் வரலையே அவங்க.'

கரைந்த நிழல்கள்

'என்ன? மானேஜர் எங்கே?'

'அதுதான் அவரு டெலிபோன் பண்ணப் போயிருக்காரு.'

ரெட்டியார் வண்டியில் ஏற, சோமயாஜுலு அதை புரோகிராம் ஆபீஸ் முன்னால் நிறுத்தினான். நடராஜன் வந்தான்.

'என்ன, இன்னுமா அந்தப் பெண் வரவில்லை?'

'ஆமாம், சார். வண்டியை அப்பவே அனுப்பிச்சிட்டேன். ஏதோ அவ பெரியப்பா செத்துப் போயிட்டார்னு எங்கேயோ போய் அங்கேயிருந்து நேரே வந்துவிடப் போவதாக ஹரிராவ் சொன்னார்.' ஹரிராவ், ஜயசந்திரிகா வீட்டு நிர்வாகத்தைப் பார்த்து வருபவன்.

'அவள் வீட்டுக்கு வந்திருக்கிறாளா? மறுபடியும் போன் செய்து பார். அப்புறம் நீ பாங்க் போய்விட்டு வர வேண்டும்.'

ரெட்டியார், நடராஜன் இருவருமாக புரோகிராம் ஆபீஸ் அறைக்குள் நுழைந்தார்கள். ஸ்டூடியோ புரோகிராம் மானேஜர் எழுந்துநின்று, 'குட்மார்னிங், சார்,' என்றான்.

நடராஜன் டெலிபோனை எடுத்து எண் திருப்பும்போது ரெட்டியார் தன் மனைவியிடம் வாங்கிவந்த செக் தாளில் தொகை, தேதி முதலியன எழுதிப் பூர்த்தி செய்தார். முதல் எடுப்பிலேயே நடராஜனுக்கு ஜயசந்திரிகாவின் டெலிபோன் எண் கிடைத்துவிட்டது. மூன்று நான்கு முறை மணி அடித்த பிறகுதான் அந்தப் பக்கம் டெலிபோன் எடுக்கப்பட்டது.

'ஹலோ, சந்திரா கிரியேஷன்ஸ்லேந்து நடராஜன் பேசறேன். யாரு, பெரியம்மாவா?... நமஸ்காரம், அம்மா. இங்கே எல்லாரும் பாப்பாவுக்காகக் காத்திட்டிருக்கிறாங்க... ஓ, நல்லாத் தெரியும். இன்னிக்கு அவுட்டோர் முடிஞ்சி ஸ்டூடியோ ஷூட்டிங் இருக்குன்னு நான் நேரே சொல்லியிருக்கேன். ஆமாம்... நான் லைன்லே வெயிட் பண்ணறேன்... சரி, சொல்லுங்க.'

நடராஜன் டெலிபோனைப் பிடித்துக்கொண்டு காத்துக் கொண்டிருந்தான். ரெட்டியார், வினாயகா ஸ்டூடியோ புரோகிராம் மானேஜரைப் பார்த்து, 'உங்க படம் எப்போ?' என்று கேட்டார். வினாயகா ஸ்டூடியோ முதலாளியே ஒரு படத்தயாரிப்பாளர்.

'முதலாளி பம்பாய் போயிருக்காரு. எல்லாம் பத்து நாளிலே தெரியும். அநேகமாக அடுத்ததும் ஹிந்திப் படம்தான்.'

நடராஜன் சட்டென்று நிமிர்ந்து நின்றான். ஜயசந்திரிகாவின் அம்மா மீண்டும் பேச வந்துவிட்டாள். நடராஜன் டெலிபோனில் பேசினான். 'என்னம்மா இப்போ உடம்பு சரியில்லைன்னு சொல்றீங்க? ஹரிராவ் ஏதோ உறவுக்காரங்க செத்துப் போயிட்டாங்க, அதுக்குப் போய் நேரே வந்துடுவாங்கன்னு சொன்னாரு... இதோ இங்கே பக்கத்திலே ரெட்டியார் இருக்காரு ...'

ரெட்டியாரே போனை வாங்கிக்கொண்டார். 'யாரது? தனபாக்கியம்தானே. என்ன நீ ஒண்ணு சொல்றே, உன் மானேஜர் ஒண்ணு சொல்றானாம். இன்னிக்கு இந்தக் கால்ஷீட்டை முடிச்சுடணும்னு உன்கிட்டேயே நாலுதரம் சொல்லியிருக்கு. இப்போ பாப்பா வரப்போகிறாளா இல்லையா?... ஜுரமா ...? அடடா... கொஞ்சம் ஒரு அரை மணி வந்தாப்போதும். இரண்டு மூணு ஷாட்டுத்தான். டான்ஸ்தான், ஆனா எல்லாம் குளோசப்... எழுந்திருக்கவே முடியவில்லையா ...'

தனபாக்கியம் ஏதேதோ சொல்லிக் கொண்டிருந்தாள். ரெட்டியார் போனை வைத்துவிட்டார். நடராஜனிடம், 'நீ முதலில் பாங்கு வேலையை முடித்துக்கொண்டுவா,' என்று செலுத்தவேண்டிய செக், பணம் எடுக்கவேண்டிய செக் இரண்டையும் கொடுத்தார்.

'இவ்வளவு எமவுண்ட் இருக்காது,' என்றான் நடராஜன்.

'இந்த செக் இருக்கிறதே.'

'இது கிராஸ்டு ...'

'நீ மானேஜரைக் கேட்டுப்பாரு. நானும் சொல்லறேன்.'

நடராஜன் வெளியே போவதற்கு இருந்தான். ரெட்டியார் கேட்டார், 'உனக்கு வண்டி இருக்கிறதா?'

நடராஜனால் உடனே பதில் சொல்லமுடியவில்லை. ரெட்டியார் பேசினார், 'என் வண்டியை எடுத்துக்கொண்டு போ. பாங்கு போய் அங்கிருந்து நேரே ஜயசந்திரிகா வீட்டுக்குப் போய் அவளைக் கையோடு அழைத்துக்கொண்டு வா.

நடராஜன் போன பிறகு ரெட்டியார் சிறிது நேரம் யோசனையில் இருந்தார். ஸ்டூடியோ புரோகிராம் மானேஜர், 'சார், நான் ஒரு கால் போடணும்,' என்றான்.

'இருங்க, நான் என் வேலையை முடித்துவிடுகிறேன்.'

ரெட்டியார் பாங்கு மானேஜருக்கு டெலிபோன் செய்தார். 'மிஸ்டர் சுந்தரராஜன், என் மானேஜர் நடராஜன் அங்கே வருகிறார். கொஞ்சம் உடனே ஒரு செக் ரியலைஸ் பண்ணி அவரை அனுப்பணும்.'

பாங்கு மானேஜர் அங்கே யாரையோ விசாரித்துவிட்டு போனில் பதில் சொன்னார். 'இப்போதான் அவர் வந்திருக்காரு. செக் கிளியரன்ஸுக்குப் போய்வந்தப்புறம் தான் நீங்க டிரா பண்ண முடியும்னாங்க.'

'அப்படியா? உங்க பாங்கு செக்தானே? டிரான்ஸ்பர்னு போட்டுத்தர முடியாதா?'

'எங்க பாங்குதான். ஆனா அது மவுண்ட் ரோடு ஆபீஸுடையது. நாங்க நாளைக்கு அனுப்பிச்சு அதுக்கு அடுத்த நாள் இன்டிமேஷன் வந்தப்புறம்தான் ...'

'இன்றைக்கே ஆளு அனுப்பிச்சு உடனே வாங்கி வரலாமே.'

'அது சரிதான். என்ன எமவுண்டு?'

'டூ தௌசண்டு.'

'டூ தௌசண்டா! ஊஹூம், முடியாதுங்க. பெரிய எமவுண்டா இருந்தா ஆளை அனுப்பிச்சு செய்யலாம். டூ தௌசண்டுக்கெல்லாம் ஆளைப் பிடிச்சு அனுப்பிச்சா, அங்கே லேட்டாகும். ஓவர்டைம் அது இதுன்னு தண்டா வரும். அதுக்கெல்லாம் பெரிய எக்ஸ்பிளனேஷன் கேட்பாங்க.'

'கொஞ்சம் இந்தத் தடவை பாருங்க.'

'இல்லீங்க. நீங்க டிரா பண்ண நாளை ஈவினிங்கேகூட வரலாம்.'

'நீங்க இன்னிக்கே ஒப்ளைஜ் பண்ணணும்.'

'மன்னிச்சுக்கணுங்க. டூ தௌசண்டுக்கெல்லாம் நான் ஒரு ஆளைத் தேடிப்பிடிச்சு அனுப்பிச்சா சிரிப்பாங்க.'

பாங்கு மானேஜர் அதோடு நிற்கவில்லை. அவர் அறையில் அவர் எதிரில் யாராவது இருந்திருக்கவேண்டும். 'இந்த சினிமாக்காரங்க விஷயமே இப்படித்தான். இப்ப செக் கொண்டு வருவாங்க. இப்பவே பணம் வேணும்பாங்க,' என்று

அவர் போனை வைக்கும்போது சொல்லியதும் ரெட்டியார் காதில் விழுந்தது.

ஸ்டூடியோ புரோகிராம் மானேஜர் இம்முறை ரெட்டியாரைக் கேட்கவில்லை. அவனாகவே டெலிபோனை எடுத்து யாரிடமோ பேசினான். அவன் பேசி முடித்தவுடன் ரெட்டியார் எடுத்து இன்னொரு எண் திருப்பினார். மறு கோடியில் போன் எடுக்கப்பட்டவுடன், 'சி.சி. தேசாய்?' என்று கேட்டார்.

ஆமாம், அது சி.சி. தேசாய்தான்.

'தேசாய்ஜி, நீங்க எனக்கு மறுபடியும் உதவிசெய்யணும். இன்றைக்கு ஒருநாள் ஷூட்டிங் முடிந்தால் நிச்சயம் இரண்டு ஏரியா டிஸ்டிரிபியூஷன் ரைட்ஸ் செட்டில் பண்ணிவிடலாம். நீங்க ஒரு திரி ரூபிஸ் மானேஜ் பண்ணணும்.'

'இப்போ பொசிஷன் தெரிஞ்சுண்டே கேக்குறீங்களே, ரெட்டியார். பாம்பேலே ஒரு வாரமா ரொம்ப வீடுகள்ளே ஸெர்ச் நடக்குது. இங்கே ஹூண்டீஸ் பிசினஸ் கம்ப்ளீட்டா ஸ்டாப் பண்ணியாச்சு.'

'இது ஒரு சின்ன எமவுண்ட்தானே.'

'நீங்க சொல்லறீங்ளேன்னு பார்க்கறேன். ஆனா டெர்ம்ஸ் கொஞ்சம் வேறே மாதிரி இருக்கும்.'

எப்போதும் போல உள்ள ஷரத்துக்கள்படி கடன் தொகை பத்து மாதங்களில் இரட்டித்துவிடும். புதிய மாதிரி ஷரத்துக்களில் பத்து மாதம் என்பது ஐந்து மாதமாகி விடும். ரெட்டியாரின் சில பத்திரங்களை சௌகார்பேட்டை தேசாய் பத்திரமாக வைத்திருப்பார் ...

ரெட்டியார் புரோகிராம் மானேஜர் அறையை விட்டு வெளியே வந்தார். தியேட்டரிலிருந்து ஜகந்நாத் ராவ், கோஷ் இருவரும் வந்துகொண்டிருந்தார்கள். ரெட்டியார் அவர்கள் திசையில் போனார். 'என்ன் ராவ், எல்லாம் சரியாயிருக்கா?' என்று கேட்டார்.

'ஓ எஸ்,' என்றான் ஜகந்நாத் ராவ்.

கோஷ், ரெட்டியாரின் வயிற்றில் லேசாகக் குத்தினான். 'என்ன மேன் நீ! சொன்னா சொன்ன டயத்துக்கு துட்டு குடுக்கறதில்லை,' என்றான்.

'இன்னிக்குக் கட்டாயம்,' என்றார் ரெட்டியார்.

'இன்னிக்கு துட்டு வரலைன்னா அடுத்த ஷெட்யூலிலே நீ பிலிம் சேம்பர்லே கையைப் பிடிச்சு காலைப் பிடிச்சு வாங்கின பிலிம் ரோல் எல்லாம் நான் நேரே பிளாக்கிலே கொடுத்திடுவேன்.'

'இந்த ஷெட்யூலிலே நீ அப்படி ஒண்ணும் பண்ணிடலியே?' என்று ரெட்டியார் கேட்டார். கோஷ் மீண்டும் அவரைக் குத்தப் போனான்.

அப்போது ராஜ்கோபால் வந்தான். சிறிது பின்தங்கி ஜகந்நாத் ராவுக்காகக் காத்திருந்தான். ஜகந்நாத் ராவ், 'என்ன ராஜ்கோபால்?' என்று கேட்டான்.

'லைட் பாய்சுக்கு இப்பவே சொல்லிடணும். இல்லைனா அரை மணியிலே எல்லாரும் இறங்கிப் போயிடுவாங்க.'

ஜகந்நாத் ராவ் ரெட்டியாரைப் பார்த்தான். ரெட்டியார், 'என்ன?' என்றார்.

'இன்னும் பத்து நிமிஷத்தில் ஜயசந்திரிகா வந்துட்டாக்கூட ஒரு ஒன் ஹவர் எக்ஸ்ட்ரா டைம் சொல்லி முடிச்சுடலாம். இல்லைனா ஒரு ஹாஃப் கால்ஷீட் போட்டாகணும்.'

ராஜ்கோபால் சொன்னான், 'இன்னிக்கு எப்படியும் செட்டை டிஸ்மாண்டில் பண்ணிவிடப் போறாங்க. நாளைக்கு வேறே ஒரு புரொடக்ஷனுக்கு செட் போட்டாகணுமாம்.'

கோஷ் சொன்னான், 'இந்தப் பொண் சரியில்லை. நேத்து ராத்திரிக்கூட அவளைப் பார்த்தேன்.'

ரெட்டியார் இதைக் காதில் போட்டுக் கொள்ளவில்லை. 'இப்ப லஞ்சுக்கு பிரேக் பண்ணிட்டு, சாப்பாட்டுக்கு அப்புறமே ஷூட்டிங் வைத்துக் கொள்ளலாம்,' என்றார்.

ஜகந்நாத் ராவ் ஒரு சிகரெட்டைப் பற்ற வைத்துக் கொண்டான். 'அப்ப நான் வீட்டுக்குப் போய்விட்டு வந்துடறேன்.'

கோஷூம் வேறு எங்கோ போய்விட்டான். ரெட்டியார், சந்திரா கிரியேஷன்ஸ் அறைக்குச் சென்றார். அங்கே தாஸூம் இன்னும் இரண்டு வேலையாட்களும் ஆளுக்கொரு ஆப்பிள் பழத்தைத் தின்றுகொண்டிருந்தார்கள். ரெட்டியாரைப் பார்த்ததும் தாஸின் முகம் வெளுத்தது. ரெட்டியார் அங்கிருந்து மீண்டும் ப்ளோர் பக்கம் வந்தார். அங்கே ஸ்டுடியோ ஒலிப்பதிவு உதவியாளன் ஒருவனும் ராம்லாலும் ஓடிப்பிடித்து விளையாடிக்கொண்டிருந்தார்கள்.

ரெட்டியாரைப் பார்த்து ராம்லால், 'என்ன புரொட்யூசர் மகராஜ்? ஏன் நீ அவுட்டோர் டான்ஸுக்கு இன்னிக்கு வரலை? ஏக் தம் பர்ஸ்ட் கிளாஸ்' என்றான்.

ஒலிப்பதிவு உதவியாளன், 'குட்மார்னிங், சார்,' என்றான்.

ரெட்டியார் அங்கே ஜோடிக்கப்பட்டிருந்த ஆற்றங்கரை செட்டைப் பார்த்தார். மண்மேடு ஏற்படுத்துவதற்காக எட்டு லாரி மண் கொண்டு வந்து கொட்டி, அந்த செட்டைப் போட வேண்டியிருந்தது. அங்கே பொருத்திவைக்கப்பட்ட செடிகளின் இலைகள் அப்போதே வாடித்தான் இருந்தன. அன்று மாலைக்குள் பார்க்கச் சகிக்க முடியாமல் போய்விடும். செட்டைக்கூட மீண்டும் போட்டுக்கொண்டு விடலாம். ஆனால் அந்த வினாயகா ஸ்டூடியோவில் அந்த ஃப்ளோரை அடுத்த நாளிலிருந்து வேறு யாருக்கோ ஒத்துக்கொண்டிருந்தார்கள். சந்திரா கிரியேஷன்ஸ் வேலைக்காக இன்னும் ஒரு மாத காலத்திற்கு ஃப்ளோர் கிடைக்காது. வேறு எந்த ஸ்டூடியோவிலாவது அந்த ஷூட்டிங்கை முடித்துக்கொள்ளலாம். ஆனால் படத்தில் ஒரு முழு நிமிஷம்கூட வராத துண்டுகளுக்காக இன்னொரு ஸ்டூடியோவுக்குப் போவது சரியானதாகாது. மேலும் வினாயகா ஸ்டூடியோவைத்தவிர வேறெங்கும் உடனே ரொக்கம் வைக்காமல் வேலை நடக்காது.

ரெட்டியார் ஃப்ளோரிலிருந்து மீண்டும் புரோகிராம் ஆபீஸ் பக்கம் வந்தார். வெயில் கடுமையாக அடித்தது. அவருடைய நாடித்துடிப்பு வேகமாக அதிகரிப்பதை அவரால் நன்கு உணர முடிந்தது. அப்போது சையத் வண்டி உள்ளே டிபன் ஹாலுக்குச் சென்று கொண்டிருந்தது. ரெட்டியார் அந்தக் கட்டிடத்தின் வெராண்டாவுக்குள் அடி எடுத்து வைத்த நேரம் டிபன் ஹால் அருகிலிருந்து சம்பத் வியர்த்து விருவிருக்க ஃப்ளோர் பக்கம் ஓடினான். ரெட்டியார் உயர்த்தின கையைக் கூட அவன் கவனிக்கவில்லை. தூரத்தில் ஒரு மரத்தடியில் ஒரு குடும்பம் உட்கார்ந்திருந்தது. அங்குதான் சம்பத் போய்க்கொண்டிருந்தான்.

ஸ்டூடியோ புரோகிராம் மானேஜர் தன் ஸ்பிரிங் கதவைத் திறந்துகொண்டு வெளியே வந்தான். ரெட்டியாரைப் பார்த்துவிட்டு, 'சார், நீங்க இங்கேதான் இருக்கீங்களா? உங்களுக்காக நடராஜன் லைன்லே காத்திட்டிருக்காரு; உங்களைத் தேடிட்டு வர ஆளனுப்பிச்சிருக்கேன்,' என்றான்.

ரெட்டியார் புரோகிராம் அறைக்குள் நுழைந்தார். டெலிபோன் அதன் பீடத்திலிருந்து எடுத்து மேஜை மீது வைக்கப்பட்டிருந்தது.

போனை எடுத்துக்கொள்வதற்கு முன் ரெட்டியார் புரோகிராம் மானேஜரைப் பார்த்து, 'என் வண்டி ஒன்று அங்கே டிபன் ஹால் பக்கம் போயிருக்கிறது. அதை இங்கே கொண்டு வந்து நிறுத்தச் சொல்லு,' என்றார்.

புரோகிராம் மானேஜர் வெளியே ஓடினான். ரெட்டியார் போனை எடுத்தார். நடராஜன்தான் மறுகோடியில் ஜயசந்திரிகா வீட்டிலிருந்து அவசரமாக அவரை அழைத்திருந்தான். பாங்கில் அந்த செக்குக்குப் பணம் உடனே ஏற்பாடு பண்ண முடியவில்லை. ஜயசந்திரிகாவைப் பார்க்க முடியவில்லை. மாடியில் அவள் இருக்கிறாள். ஆனால் கீழே அவள் அம்மாவை மீறிக்கொண்டு போகமுடியவில்லை. போனால் ரசாபாசமாக இருக்கும். ஆனால் போன் மட்டும் செய்ய அனுமதித்திருக்கிறார்கள். ஜயசந்திரிகாவால் இன்று ஷூட்டிங்குக்கு வரமுடியாது ...

'நீ அங்கேயே இரு. நான் வரேன்,' என்று சொல்லி ரெட்டியார் போனைக் கீழே வைத்தார். பிறகு வெளியே பாய்ந்துகொண்டு வந்தார். அந்த அறையின் ஸ்பிரிங் கதவுகள் பலமுறை வீசிவீசித் திறந்து மூடிக்கொண்டன.

வாடகைக்காக வண்டி ஓட்டுபவன் என்றாலும் சையத் பணிவுடன் கதவைத் திறந்து வைத்துக்கொண்டிருந்தான். ரெட்டியார் வண்டியில் ஏறிய பிறகு கதவை அழுத்தமாக, ஆனால் சப்தமே எழுப்பாமல் மூடிவிட்டுத் தன் இடத்தில் உட்கார்ந்துகொண்டு இஞ்சினைக் கிளப்பினான்.

வண்டியின் பின்னாலேயே சம்பத் நின்றுகொண்டிருப்பது ரெட்டியாருக்குத் தெரிந்தது. அவன்தான் இப்போது சாப்பாடு கொண்டுவந்திருக்கவேண்டும். அவனுக்கு இன்னும் நிறையவேலையிருக்கலாம். ரெட்டியாருக்கு அவனும் ஜயசந்திரிகாவும் ஏதோ ஒரு முறையில் ஒரே பிரிவைச் சேர்ந்தவர்கள் என்று தோன்றியது. அவர் தலையசைத்தார். சம்பத்தும் வண்டியில் ஏறிக்கொண்டான். 'ஜயசந்திரிகா வீட்டுக்குப் போப்பா,' என்றார் ரெட்டியார்.

ஜயசந்திரிகாவின் வீடு ஒரு பழைய வீடு. வீட்டைச் சேர்ந்த முன் வெற்றிடத்தில் தெருவை ஒட்டியபடி ஒரு டீக் கடையும் ஒரு சைகிள் ரிப்பேர் கடையும் இருந்தன. இரண்டுக்கும் மத்தியில் பெரிய கேட் இருந்தது. கேட்டுக்கு வெளியிலேயே நடராஜன் நின்றுகொண்டிருந்தான். சையத் காரின் வேகத்தைத் தணித்தான்.

'நீயும் வா, நடராஜ்,' என்றார் ரெட்டியார். சையத் வண்டியை உள்ளே கொண்டுபோய் நிறுத்த, நடராஜனும் ஓட்டமும் நடையுமாக வந்து சேர்ந்தான். உள்ளே நடராஜன் கொண்டுவந்த ரெட்டியாரின் சொந்தக் காரும் முருகேசன் காரும் நின்றுகொண்டு இருந்தன. ஒரு கணம் மாடியிலிருந்து யாரோ எட்டிப் பார்த்துவிட்டு உடனே தலையை உள்ளுக்கிழுத்துக் கொண்டது போலிருந்தது.

ரெட்டியார் படுதாவை உதறித் தள்ளிவிட்டு ஹாலுக்குள் பிரவேசித்தார். எங்கிருந்தோ தனபாக்கியம் வந்தாள், 'எங்கே உன் பெண்?' என்று கேட்டார் ரெட்டியார். அந்தக் கேள்விக்குத் தனது வயதின் முதிர்ச்சி, பரந்த அனுபவம் தரும் திடம் இவைகளை இழந்தவளாக, 'மாடியில் இருக்கு,' என்று அவள் பதில் சொன்னாள்.

ரெட்டியார் மாடிப்படிக்குப் போனார். முதலில் நடராஜனும் அவனுக்குப் பின்னால் சம்பத்தும் தயங்கியபடிதான் இருந்தார்கள். ரெட்டியார், 'சோமயாஜுலு!' என்று கூப்பிட்டார். சோமயாஜுலுவும் வந்தான். 'வாங்க என் பின்னாலே!' என்று கட்டளையிட்டு ரெட்டியார் மாடிப்படி ஏறினார்.

'எல்லாரும் என்னத்துக்குங்க?' என்று தனபாக்கியம் கேட்டாள்.

ரெட்டியார் அதைச் சிறிதும் லட்சியம் செய்யாமல் மாடிக்குச் சென்றார். தனபாக்கியமும் கவலையுடன் பின்தொடர்ந்தாள்.

மாடி ஹால் கதவு சாத்தியிருந்தது. ஆனால் தாளிடப் படவில்லை. அங்கே தென்பட்ட ஒரு பையனிடம் தனபாக்கியம், 'ஓடிப்போய் உன் மாமாவை இட்டுண்டு வா,' என்றாள்.

ரெட்டியார் ஹாலைக் கடந்து இன்னொரு பெரிய அறைக்குள் சென்றார். அந்த அறைக்குள் குளிர்சாதனம் பொருத்துவதற்காகக் கதவு ஜன்னல்களைச் சமீபத்தில் மாற்றியமைத்திருந்தது தெரிந்தது. அந்தக் கதவும் தாளிடப்படவில்லை. நேராக ஒரே வீச்சில் அந்த அறைக் கதவுகளை ரெட்டியார் பிரித்து வீசினார். உள்ளே படுத்திருந்த ஜயசந்திரிகா எழுந்து நின்றாள்.

அவள் அழகாக இருந்தாள். ஆனால் அழகைவிட அவளிடம் அவள் வயதிற்கு மீறிய ஓர் துடிப்பு இருந்தது.

‘என்னங்க, நீங்களே வந்திட்டிங்களே?’ என்று ஜயசந்திரிகா சொன்னாள்.

‘இப்போ ஷூட்டிங்க்கு வரயா இல்லையா?’

‘எனக்குத் தலைவலி மண்டையைப் பொளக்குதுங்க.’

‘அதோட...’ என்று தனபாக்கியம் இழுத்தாள்.

ஜயசந்திரிகா ஒரு குழந்தைபோல இருந்தாள். அவள் உடல் பூரித்துக் காணப்பட்டாலும் ஒரு குழந்தைபோலத் தான் இருந்தாள். இடுப்புக்குக் கீழ்மட்டும் சிறிது அளவுக்கு மீறிய வளர்ச்சி இருந்தது. இவளைப் போய் நிஜம், பொய் விசாரணை செய்ய வேண்டியிருக்கிறதே என்று ரெட்டியாரிடம் ஒரு சிறு வருத்தச் சாயல் ஏற்பட்டது. அந்த அறைக்குள் நடராஜனும் சம்பத்தும் வந்துவிட்டார்கள். சோமயாஜுலு வெளியேதான் நின்று கொண்டிருந்தான். தனபாக்கியத்தின் ஒன்றுவிட்ட அண்ணன் புண்யகோடி தனது பரந்த கருத்த மார்பில் தடித்த கம்பளம்போல் முளைத்து நரைத்த உரோமம் தெரிய அந்த அறைக்குள் தன்னையும் நுழைத்துக்கொண்டு, ‘என்ன தனபாக்கியம்?’ என்றான்.

ரெட்டியார் வைத்த கண் மாறாமல் ஜயசந்திரிகாவையே பார்த்தபடி இருந்தார். ‘உன் பெரியப்பனா செத்துப் போயிட்டான்?’ என்று கேட்டார்.

ஜயசந்திரிகா முதலில் பதில் சொல்லவில்லை. பிறகு, ‘இன்னிக்கு என்னாலே எங்கேயும் வர முடியாது. அவ்வளவுதான்,’ என்றாள்.

‘எங்கேயாவது ஊரைவிட்டு ஓடப்போறியா?’ என்று ரெட்டியார் கேட்டார். அவர் காட்டிய திசையில், படுக்கையின்மேல் ஒரு சிறு தோல்பெட்டி திறந்து கிடந்தது. அந்தப் பெட்டியின் மூடியின் உள்புறத்தில் அழகுச் சாதனங்கள், கண்ணாடி முதலியன சொருகிவைக்கப்பட்டிருந்தன. துணிமணிகள் மட்டும் இன்னும் தீர்மானமாக எடுத்து வைக்கப்படவில்லை.

‘என்ன, ஐயா எப்படி எப்படியோ பேசறாரு?’ என்று புண்யகோடி ஆரம்பித்தான். தனபாக்கியம் அவனைத் தடுத்தாள். ரெட்டியார் சொன்னார், ‘இதோ பார் பொண்ணு, இந்த சினிமாவிலேயே என்கிட்டே தகராறு பண்ணினவங்க உண்டு. நீ நேத்திப் பிறந்தவ; உனக்குத் தெரியாது. என்கிட்டே தகராறு பண்ணினவங்க, அது ஆம்பிள்ளையானாலும் சரி, பெண் பிள்ளையானாலும்

சரி, பொசுங்கிப் போயிருக்காங்க. ஒருத்தன் தற்கொலை பண்ணிக்கிட்டிருக்கான். ஒரு பொண் பைத்தியம் பிடிச்சுத் தெருத்தெருவா அலைஞ்சிருக்கா. தலைவலி, யாரோ சாவு, இப்போ அது எல்லாம் போய் உங்கம்மா வேறே என்னமோ சொல்லறா. உங்கம்மா சொல்லறது நிஜமான்னு உன் பாவாடையைத் தூக்கிப் பரிசோதனை பண்ணிப் பார்க்க நான் தயாரா இல்லை. நான் ஆளானதிலிருந்து ஒருத்தன்கிட்டே சேவகம் பண்ணினது கிடையாது. இதோ இவங்களெல்லாம் என்கிட்டே கைகட்டி சேவகம் பண்ணறவங்க. நான் கூலி கொடுக்கிறவங்க எல்லாரும் என் சேவகங்கதான். இதுவரை உன்னை நான் அப்படி நினைச்சதில்லை. ஆனா இன்னிலேருந்து நீ அப்படித்தான். அதுக்குத்தான் இவங்க எல்லார் முன்னேயும் இதை உனக்குச் சொல்றேன்.'

ஜயசந்திரிகாவின் முகம் சிவந்துகொண்டிருந்தது. அவள் வெகுவாகக் கலங்கிப் போய்க்கொண்டிருந்தாள். பாண்டு வாசிப்பது போன்ற சங்கீத ஒலியுடைய கார் ஹார்ன் ஒன்று பலமாகக் கேட்டது. ரெட்டியாரே ஜயசந்திரிகாவின் பின்னால் இருந்த ஜன்னலைத் திறந்து பார்த்தார். கேட் வெளியே ஒரு மிகப் பெரிய சிவப்பு கார் கண்ணைப் பறிக்கிற பளபளப்புடன் நின்றுகொண்டிருந்தது. அந்தக் கார் யாருடையது என்று ரெட்டியாருக்குத் தெரிந்துபோயிற்று. ஐம்பது வயதாகியும் இன்னும் குமார ராஜாவாக இருக்கும் அந்தக் கார் சொந்தக்காரனும் ரெட்டியாரும் கல்லூரி நாட்களில் கேஸ் கேஸாகக் குடித்துத் தள்ளியிருக்கிறார்கள். ரெட்டியார் ஜன்னலை மூடினார்.

'இந்தக் கிழவனோடதான் வெளியூர் போகப் போறியா?' என்று ரெட்டியார் கேட்டார். ஜயசந்திரிகா வெடித்துக்கொண்டு அழும் நிலையில் இருந்தாள்.

'எல்லாப் பொம்பிளைகிட்டே இருக்கிறதுதான் உங்கிட்டேயும் இருக்கு. ஆனா எல்லாப் பொம்பளை மூஞ்சியும் பெரிசா நாறபதடி படுதாவிலே தெரிஞ்சு நாலு கோடி மடையன்களை மோகம் பிடிச்சு அலையவைக்க முடியாது. இதோ இந்தக் கிழவனும் குஷ்டரோகிக்காரனும் உன்னைச் சுத்தறதெல்லாம் அந்தக் காரணத்தினாலேதான். நீ இப்பவே ராத்திரி பகல் தெரியாம புரள ஆரம்பிச்சுட்டா உன் மூஞ்சியைப் படுதாவிலே காண்பிக்க வரவங்க எல்லாரும் போயிடுவாங்க. இதோ வெளியிலே காத்திண்டிருக்கே கார், அந்த ஆள்களும்

போயிடுவாங்க. அதுக்கப்புறம் நீதான் அவங்களை தேடிண்டு தேடிண்டு போகணும். உன் தலை எழுத்து எப்படி இருக்கோ. நான் கடைசியாக் கேட்கிறேன். இன்னிக்கு என் வேலையை ஒழுங்கா முடிச்சுக் கொடுத்துட்டு வரப்போறியா, இல்லையா?'

புண்யகோடிக்கு உடல் பெரியதாக இருந்தாலும் சட்டென்று ஒன்றும் செய்யத் தோன்றாதவனாக இருந்தான். தனபாக்கியம்தான் ரெட்டியாரிடம் சமாதானமாக, 'நீங்க கீழே போங்க. முதல்லே உங்க வேலையை முடிச்சிட்டு வேறே எங்கே வேணும்னாலும் போகச் சொல்லறேன். நான் முதலிலேயே அப்படித்தான் சொல்லி வச்சிருந்தேன். ஆனா இந்தக் காலத்துப் பெண் எங்கே தாய் தகப்பனுக்கு அடங்கி நடக்கிறா?' என்றாள்.

ரெட்டியார் இன்னமும் நின்றுகொண்டிருந்தார். தனபாக்கியம் மீண்டும், 'நீங்க கீழே போங்க. இதோ உங்க கையோட பெண்ணை அனுப்பறேன்,' என்று சொன்னாள். ஜயசந்திரிகா விம்மிவிம்மி அழுதுகொண்டிருந்தாள்.

ரெட்டியார் அங்கிருந்து கிளம்பினார். இப்போது ஜயசந்திரிகாவிடம் பேசும்போது அவர் குரல் பயம் விளைவிப்பதாக இல்லை. 'இதற்கெல்லாம் பெரிசா வருத்தப்பட்டுக் கொள்ளாதே, பாப்பா. இன்னும் ஒண்ணுகூட இப்போ நான் சொல்லிடலாம். உங்க அம்மாவை அவள் வைதீஸ்வரன் கோவிலிலேந்து இங்கே வந்த முப்பது வருஷங்களாகத் தெரியும். ஒருவேளை உனக்குத் தகப்பனே நான்தானோ என்னவோ?'

ரெட்டியார் படியிறங்கிக் கீழ் ஹாலுக்கு வந்தார். அவரைத் தொடர்ந்து நடராஜன், சோமயாஜுலு, சம்பத்தும் வந்தார்கள். கீழே தபால்காரன் ஒரு கட்டுக் கடிதங்களை அப்படியே தரையில் வீசி எறிந்துவிட்டுப் போயிருந்தான். நடராஜன் அவைகளை எடுத்து அடுக்கி ரேடியோ அருகில் வைத்தான். ரெட்டியார், 'இப்போ எதற்கு மூன்று வண்டிகள் இங்கே? சோமயாஜுலு மட்டும் இருக்கட்டும். மற்றவர்கள் ஸ்டூடியோவுக்குப் போகட்டும்,' என்றார். சம்பத்தைப் பார்த்து, 'நீயும் ஸ்டூடியோ போப்பா,' என்றார்.

ரெட்டியாரும் நடராஜனும் மட்டும் ஹாலில் நின்று கொண்டிருந்தார்கள். ரெட்டியார், 'என்ன?' என்றார்.

'நல்லபடியாக இந்த ஷூட்டிங் முடிஞ்சு போயிடும்,' என்றான் நடராஜன்.

'எனக்குத் தோணல்லை,' என்று ரெட்டியார் சொன்னார்.

மாடிப்படியில் ஜயசந்திரிகாவும் அவள் பின்னால் தனபாக்கியமும் புண்ணியகோடியும் வந்துகொண்டிருந்தார்கள். ஜயசந்திரிகா ஒரு அளவுக்குத் தன்னைச் சமாளித்துக்கொண்டு வந்துகொண்டிருந்தாள். முகத்தில் பவுடர் சிறிது தூக்கலாக இருந்தாலும் விக்கிவிக்கி அழுததால் கன்னங்கள் உப்பித் தென்பட்டன. ரெட்டியாரைப் பார்த்துச் சமாதானமடைந்த நிலை காண்பிக்க லேசாகப் புன்னகை புரிந்தாள். ரெட்டியாருக்கு இந்தக் குழந்தையை இப்படி வாட்ட வேண்டியிருக்கிறதே என்று மனம் கஷ்டப்பட்டது.

'வாம்மா,' என்று ரெட்டியார் சொன்னார். அவர் கூடவே அவளும் வந்தாள். வாசல்படி தாண்டுவதற்குள் அவள் தள்ளாடுவது போல் ரெட்டியாருக்குத் தோன்றிற்று. அவர் பிடித்துக்கொள்வதற்குள் அவள் நினைவிழந்து கீழே விழுந்தாள்.

நான்கு

சோப்புக் கட்டி கீழே விழுந்தது. ராஜ்கோபால் குனிந்து அதை எடுக்கப் போனான். தரையில் கிடந்த மணல், சோப்பில் நிறைய ஒட்டிக்கொண்டாலும் கட்டி அவன் கையில் பிடிபடாமல் நழுவிக்கொண்டே போயிற்று. அப்போது அவன் அம்மா அறைக் கதவுக்கு மறுபுறத்திலிருந்து, 'ராஜு, அன்னிக்கு வந்த பிராமணர் வந்து காத்திண்டிருக்கார்,' என்றாள். ராஜ்கோபாலுக்கு என்றைக்கு வந்த எந்தப் பிராமணர் எதற்காகக் காத்துக் கொண்டிருக்கார் என்று உடனே தெரியவில்லை. சோப்பைப் பிடித்து உடலில் தேய்த்துக்கொண்டபோது மணல் துகள்கள் பிராண்டின. உடம்பை நன்றாகத் தேய்த்துக் குளிக்காமல் அப்படியே தண்ணீரை மொண்டு கொட்டிக்கொண்டு தலையைத் துடைத்துக் கொண்டான். துண்டு இடுப்புக்கு ஒரு சுற்று முழுதாக வரவில்லை. பழைய வேஷ்டியை இரண்டாக மடித்துக் குறுக்கில் கட்டிக்கொண்டு வெளியே வந்தான். எவ்வளவுதான் சாமர்த்தியமாக வந்தாலும் தெரு வாசல் கதவின் நேர்பார்வையைத் தவிர்க்கமுடியாது.

வந்தவர் முன் அறை நடுவில் உட்கார்ந்திருந்தார். அந்த அறையில் இருந்த ஒரே நாற்காலியை ஒரு ஓரமாகப் போட்டிருந்தால் அதை அவர் இழுத்துக் கொண்டு நடுவில் அதைப் போட்டுக்கொள்ளப் போவதில்லை. ஆனால் அம்மாவுக்குத் தெரிந்தது அவ்வளவுதான்.

ராஜ்கோபால் ஒரு சிறு கண்ணாடியை வைத்துக்கொண்டு சமையலறையிலேயே அவன் தலையை வாரிக்கொண்டான். தலையை நன்றாகத் துடைத்துக்கொள்ளவில்லை. அவன் முயன்று பார்த்தும் தலையோடு அழுந்த ஒட்டிக்கொண்ட மயிர், முன்மண்டை வழுக்கையைத்தான் தெளிவாக எடுத்துக் காட்டிற்று. காதுக்கருகில் நரைமயிர் நிறையத் தென்பட்டது. கண்களை அகலமாகத் திறந்துகொண்டு வந்திருந்தவர் பக்கத்தில் போய், 'வாங்கோ,' என்றான். அவர் எதற்காக வந்திருப்பார் என்று தெரிந்துபோயிற்று.

அவர் குடுமி வைத்துக்கொண்டிருந்தார். நெற்றியில் இழை பிசகாமல் விபூதி இட்டுக்கொண்டிருந்தார். கண் கொட்டாமல் அவன் முகத்தைப் பார்த்தபடி அவரால் இருக்க முடிந்தது. 'நீதானே சுப்புணியுடைய கடைசிப் பையன்?' என்றார்.

'ஆமாம்,' என்றான் ராஜ்கோபால்.

'ஒங்கப்பா நான் எல்லாம் சின்னப் பசங்களா இருந்தப்போ வீருகாத்தான் ஆத்தங்கரையைக் கதிகலங்க அடிச்சிருக்கோம். இருபதடி முப்பதடி கரையோர மரக்கிளைலேருந்து குதிச்சா அக்கரை கிட்டேதான் மறுபடியும் தலையைத் தூக்குவோம்.'

ராஜ்கோபால் ஒன்றும் சொல்லவில்லை.

'அவன் மெட்ராசுக்கு வந்துட்டான்னு தெரியும். நானும் நாலு வருஷமா இங்கேயே குடித்தனம் வந்துட்டேன். அவன் கிடைக்கலை. இப்பத்தான் பதினைஞ்சு நாள் முன்னாடி தெரிஞ்சுது. அவன் போய் நாலஞ்சு வருஷம் ஆயிடுத்து, நீங்கள்ளாம் இங்கே இருக்கேள்ண்ணு ... ஏன் நின்னுண்டேயிருக்கே? உட்காரேன்.'

அவர் உட்கார்ந்திருந்த நாற்காலியைத் தவிர அந்த அறையில் உட்காருவதற்கென ஒரு கயிறு பிரிந்த பழைய மோடாதான் இருந்தது. அதன் மீது வெவ்வேறு வயதைக் காண்பிக்கும் வர்ணம் மங்கிய ஜமக்காளங்களும் துப்பட்டிகளும் வைக்கப்பட்டிருந்தன.

'இல்லை, பரவாயில்லை,' என்று ராஜ்கோபால் சொன்னான்.

'அப்போ நானும் கீழேயே உட்காரறேன்.'

'வேண்டாம், வேண்டாம்,' என்று சொல்லிவிட்டு ராஜ்கோபால் படுக்கைக் குவியலைத் தூக்கி ஒரு டிரங்குப் பெட்டிமீது வைத்தான். ஏதோ உலோகம் கீழே விழுந்த சப்தம் கேட்டது. படுக்கைக்கு அடியில் பின்புறமும் முழங்கால் பாகமும் ஏதுமாக

அழுக்கடைந்த ஒரு டிரௌசர் இடுப்பில் மாட்டிய பெல்டுடன் இருந்திருக்கிறது. அது கீழே விழுந்த சப்தம்தான் அது.

ராஜ்கோபால் அந்த டிரௌசரை ஒரு பந்தாகச் சுற்றி ஜன்னல் பிறைமீது வைத்துவிட்டு மோடாமீது உட்கார்ந்துகொண்டான். வந்திருந்தவர் டிரௌசரை நன்றாகப் பார்த்துவிட்டார். ‘உங்க அண்ணா எங்கே?’ என்று கேட்டார்.

‘ஆபீசுக்கு போயிருக்கான்.’

‘இவ்வளவு சீக்கிரமாகவா?’

‘அவன் ஆபீசு ஏழேகாலுக்கே ஆரம்பமாயிடறது. கார்த்தாலே ஆறு மணிக்கெல்லாம் கிளம்பிப் போயிடுவான். அப்போதுதான் பாடிக்கு ஏழு மணிக்குப் போய்ச் சேர முடியும்.’

‘ஆமாம், ஆமாம். உங்கம்மா அன்னிக்கே சொன்னா. அவன் கம்பெனிலே ஏகப்பட்ட போனஸ்ஸாமே. நாலு மாசமோ, அஞ்சு மாசமோ ...’

‘ஆறு மாசம்.’

‘போகட்டும். அவனைக்கூட அன்னிக்கு வந்தப்போ பார்த்தேன். கடைசிலே பார்த்தா அவனுக்குப் பொண்ணு குடுத்தவாள்ளாம் எனக்குப் பந்துக்கள்.’

பக்கத்தறையான சமையலறைக் கதவின் பின்னால் நின்றுகொண்டு அம்மா ஒரு வார்த்தை விடாமல் கேட்டுக்கொண்டிருப்பது ராஜ் கோபாலுக்குத் தெரிந்தது. அம்மாவே வந்து இந்தப் பிராமணரிடம் என்னவென்று கேட்டு என்ன பதில் வேண்டுமானாலும் சொல்லி அனுப்பலாம். ஆனால் அவனும் என்றாவது ஒருநாள் இம்மாதிரிப் பெரியவர்களிடம் பேசித்தான் ஆகவேண்டும். கேட்கும் கேள்விகளுக்குப் பதில் சொல்லித்தான் ஆக வேண்டும். என்னென்ன காரணத்தினாலோ பிள்ளைகளுக்கும் கல்யாணம் நடக்காமல் போய்விடுகிறது. ஆனால் இன்றில்லாமல் வேறு எந்த நாள் இவர் வந்தாலும் இவ்வளவு முள்மேல் நிற்பதுபோல் இருக்க வேண்டியதில்லை.

‘ஒன் மன்னி பிரசவத்துக்குப் போயிருக்காளே, பிரசவம் ஆயிடுத்தா?’

‘இல்லை ... இல்லேன்னுதான் நினைக்கிறேன்.’

‘ஏன், ஒனக்குச் சரியாத் தெரியாதோ?’

'தெரியும். ஆனா அண்ணாவுக்குத்தான் கடுதாசி வரும்.'

'இந்த விஷயங்களெல்லாம் கூடவா வீட்டிலே இருக்கிற தம்பிக்குத் தெரியாம போயிடும்?'

'இல்லே, இல்லே. இன்னும் பிரசவம் ஆகவில்லை.'

வந்திருந்தவர் மனலயம் சிறிது மாறுபட்டதுபோல் தோன்றிற்று. உற்சாகம் சிறிது குறைந்துதான் இருந்தது.

'உன் அம்மா சொன்னா. உனக்கென்ன மாசத்துக்கு மொத்தத்திலே இருநூறு வருமா?'

ராஜ்கோபாலுக்குத் திக்கென்று இருந்தது. 'என்ன?' என்றான்.

'இல்லே, ஒன் சம்பளத்தைக் கேட்டேன்.'

அம்மா நிறையத்தான் பொய் சொல்லியிருக்கிறாள். 'ஆமாம்,' என்று அவன் சொன்னான்.

'சினிமாவிலே...'

'ஆமாம், ஆமாம். சினிமாவிலேதான்.'

'இது பர்மனண்ட் வேலைதானே?'

'ம்...' ராஜ்கோபால் சிறிது தயங்கினான். பிறகு, 'சினிமாலெல்லாம் டெம்பரரி, பர்மனண்ட்னு கிடையாது. எல்லாம் பர்மனண்ட்தான். நாலஞ்சு மாதம் முன்னாலே வரைக்கும் நான் ஒரு புரொடக்ஷன் கம்பெனியிலே இருந்தேன். இப்போ ஏதாவது இன்டிபெண்டெண்ட் சான்ஸ் வந்தா செய்யலாம்னு இருக்கேன்.'

'அப்படீன்னா?'

'அதுதான் இன்டிபெண்டண்டா டைரக்ட் பண்ணறது.'

'அப்போ நீயோ எடுக்கறதுன்னு அர்த்தமா?'

'அப்படி இல்லை. படம் எடுக்க வர முதலாளி வேறே. அவர்தான் மத்தவங்களை எல்லாம் காண்ட்ராக்ட் பேசிக்கிற மாதிரி டைரக்டரையும் அமர்த்திப்பார்.'

'அப்படீன்னா நீ இப்போ வெறும்னதான் இருக்கியா?'

ராஜ்கோபாலுக்கு உடனே பதில் தர முடியவில்லை. 'இல்லே... இதோ தைப் பொங்கலுக்கு ஒரு கோயம்புத்தூர் பார்ட்டி பூஜைபோட வர்ராங்க. அந்தப் படத்துக்கு நான்தான் டைரக்டர்.'

‘இந்த நாளிலே ஒரே நஷ்டம், சினிமாவெல்லாம் இழுத்து மூடிண்டு போறாங்கனு பேசிக்கிறாளே? பேப்பர்லேகூட ஏதோ வந்தது ...’

‘... அது பிலிம் ஸ்டூடியோ. பிலிம் ஸ்டூடியோதான் இரண்டு மூடிட்டாங்க.’

‘ஓஹோ. ஸ்டூடியோன்னா வேறேயோ?’

‘ஆமாம். அந்த ஸ்டூடியோவெல்லாம்கூட மறுபடியும் திறந்திடுவா. ஒரு ஸ்டூடியோவை மதுரைலேந்து ஒரு செட்டியார் வாங்கிக்கொள்ளப் போறார்.’

வந்திருந்தவர் ஏதோ முடிவு எடுத்துவிட்ட மாதிரி இருந்தது. முதலில் இருந்த உன்னிப்பெல்லாம் மறைந்து போய் இப்போது சாதாரணமாக இருந்தார். தன் அங்கவஸ்திரத்தை ஒருமுறை சரிசெய்து கொண்டுவிட்டு எழுந்திருந்தார்.

‘உன்னைப் பார்த்துவிட்டுப் போவோம்னுதான் வந்தேன். அன்னிக்கு வந்தப்போ நீ இல்லே ... எங்கே அம்மா?’

அப்போது அம்மா ஒரு டம்ளர் டவராவில் காபி கொண்டு வந்தாள். வந்திருந்தவர் நின்றபடியே அதைச் சாப்பிட ஆரம்பித்துக் கொண்டு சொன்னார், ‘நான் அப்போ என் மச்சினனுக்கு லெட்டர் போட்டுடறேம்மா. இத்தனை நாளைக்கு அவன் பொருத்தம் எல்லாம் கூடப் பாத்து வைச்சிருப்பான் ...’

‘எப்படியாவது இந்தத் தையிலேயாவது கல்யாணம் முடிஞ்சாத் தேவலை. உங்ககிட்டே சொல்லறதிலே தப்பில்லை. இப்ப மூணு நாலு வருஷமா இவன் ஜாதகம் கேக்க வரவாகூட ரொம்பக் குறைஞ்சுப் போயிட்டா.’

‘ஆமாம், ஆமாம். எதுக்கும் வேளையும் போதும் வரணுமில்லியோ?’

காபியைக் குடித்து முடித்த பிறகு டம்ளர் டவராவை எங்கே வைப்பது என்கிற மாதிரி பார்த்தார். ராஜ்கோபாலின் அம்மா அவர் கையிலிருந்தே நேரடியாக அதை வாங்கிக்கொண்டு உள்ளே போனாள். வந்திருந்தவர் ராஜ்கோபாலைக் கேட்டார். ‘ஏம்பா, நீயும் உங்க அண்ணா மாதிரி ஏதாவது கம்பெனியிலே சேர்ந்திருக்கக் கூடாது?’ என்று. ராஜ்கோபால், ‘இப்போது ட்ரை பண்ணிண்டுதானிருக்கேன்,’ என்றான்.

‘ஒனக்கு இப்போது வயசு முப்பத்தி நாலு ஆறாப்பலே இருக்கே? பாக்கணும், கொஞ்சம் கஷ்டம்தான் ...’

அப்போது அம்மா மறுபடியும் வந்தாள். வந்திருந்தவர், ‘நான் போயிட்டு வரேம்மா,’ என்றார்.

‘எப்படியோ இது முடியறமாதிரிப் பாருங்கோ. நான் இங்கே சாஸ்திரிகள் கிட்டே காமிச்சதிலே நன்னா பொருந்தியிருக்குன்னு தான் சொன்னார்.’

‘மச்சினனுக்கு எழுதறேன். பிராப்தம் இருந்தா நடக்கும்.’

ராஜ்கோபால் அவரைத் தெருவரையில் கொண்டுபோய் விட்டான். ‘நீ கடைசியா எதுலே வேலையாயிருந்தேன்னு சொன்னே?’ என்று கேட்டார்.

‘சந்திரா கிரியேஷன்ஸ், பட்டாபிராம ரெட்டியாருடையது.’

‘என்னாச்சு? ஏன் விட்டுட்டே?’

‘கம்பெனி நின்னுபோயிடுத்து.’

அவர் போனபின் அம்மா கேட்டாள், ‘உனக்கு வேலையில்லேன்னு சொன்னா பெண் கொடுக்க வரவா மறுபடியும் வருவாளா?’

ராஜ்கோபால் பதில் சொல்லாமல் அவசரம் அவசரமாக நல்ல வண்ணான் சலவைத் துணிகளை எடுத்துப்போட்டுக்கொண்டு வெளியே போகத் தயாரானான். ‘சாப்பிட்டுட்டுப் போயேண்டா,’ என்று அம்மா சொன்னாள். ‘நான் வந்து சாப்பிட்டுக்கறேன்,’ என்று சொல்லிவிட்டுக் கிளம்பினான். சைகிள் வேண்டாமென்று பத்தடி சென்றுவிட்டான். சைகிள் இருக்கும்போது நடந்து போவது நேரத்தை வீணாக்குவதுபோலத் தோன்றிற்று. மீண்டும் வீட்டுக்கு வந்து சைகிளை எடுத்துக்கொண்டு கிளம்பினான். அந்தச் சைகிளுக்கு செயின்மூடி கிடையாது. அவன் முதலில் வேண்டியிராது என்று டிரௌசர் கிளிப்புகளை எடுத்துக் கொள்ளவில்லை. இப்போது டிரௌசர் நுனியைக் கிளிப்பும் போடாமல் சைகிள் செயினில் சிக்கி மசியாக ஆகாமலும் பார்த்துக்கொள்வது மிகவும் சிரமமாக இருந்தது.

எஸ்.ஐ.ஈ.டி. கல்லூரிப் பெண்கள் ஒரு கும்பலாக பஸ்ஸிலிருந்து இறங்கி கல்லூரி இருக்கும் தெருவில் திரும்பினார்கள். ராஜ்கோபாலுக்கு அவர்கள் எல்லாருமே மிகவும் கவர்ச்சிகரமாக

இருந்ததுபோலத் தோன்றிற்று. ஒரு பெரிய ராணுவ லாரி மயிரிழை இடைவெளிவிட்டு அவனைத் தாண்டிச் சென்றது. ராஜ்கோபால் சிறிது நடைபாதை யோரமாகவே சைகிளை ஓட்டிக்கொண்டு போனான். ஒரு காலத்தில் மவுண்ட் ரோடில் அந்தப் பக்கம் எல்லாம் நல்ல நிழலாக இருக்கும். இப்போது நிழல் அதிகம் இல்லை. ராஜ்கோபால் ஒரு இடதுபுறத் தெருவில் திரும்பினான். அந்த வழியாக நேராகச் சென்று அண்ணாமலை புரம் ஆரம்பத்தை அடைந்துவிடலாம். அந்தத் தெரு நிழலாக இருந்தது. ஒரு கேட்டைத் திறந்துகொண்டு உள்ளே போனான். பெரிய தோட்டம். சிறிய வீடு. புராதன ஸ்பானிஷ் கட்டிட அமைப்பில் கூரையின் பக்க ஓரங்கள் இரண்டும் சார்பு தெரிய, நாட்டு ஓடு வேயப்பட்டதுபோலக் கட்டப்பட்டிருந்தது. கதவுகளும் ஜன்னல்களும் தலைப்பக்கம் நேர்க்கோடாக இல்லாமல் அரை வட்டமாக இருந்தன. வீடு நேர்த்தியாகவும் சுத்தமாகவும் புதுக்கருக்கு பாதிக்கப்படாமலும் இருந்தது. முன் வராந்தாவில் ஒரு பெரிய நாயுடன் நின்று கொண்டிருந்த ஐரோப்பிய நங்கை ராஜ்கோபாலைப் பார்த்துப் புன்முறுவல் செய்தாள். ராஜ்கோபால் நாய்க்குச் சற்று தூரத்திலேயே நின்றுகொண்டான். 'பிளீஸ் சிட்டௌன்,' என்று பல்லைக் கிட்டித்த வண்ணம் நாக்கு நுனியால் அவள் சொன்னாள். நாயை விட்டு விட்டு உள்ளே போனாள். நாய் இரண்டுமுறை மூக்குச் சிந்துவதுபோல் சப்தம் செய்தது. பிறகு நான்கு கால் பாய்ச்சலில் அதுவும் உள்ளே போயிற்று. வராந்தாவில் பழங்காலக் கருங்காலி நாற்காலிகள் நன்றாக வார்னிஷ் செய்யப்பட்டுப் போடப்பட்டிருந்தன. தொப்பி மாட்டுவதற்குச் சாதகமாக உயரமான ஒரு மர 'ஸ்டாண்டு' இருந்தது. அந்த ஸ்டாண்டில் ஒரு முகம் பார்க்கும் கண்ணாடியும் பொருத்தப்பட்டு இருந்தது. ராஜ்கோபாலுக்குப் பின்னால் ஒரே நிழலாக இருந்ததால் அவன் முகம் கண்ணாடியில் சரியாகத் தெரியவில்லை.

நாய் வர ஜகந்நாத் ராவ் அதைத் தொடர்ந்து வந்தான். 'ஹா, ராஜ்கோபால். வா,' என்றான். பிறகு, 'வா உள்ளே வா,' என்றான்.

வராந்தாவுக்கு அடுத்த அறையிலும் அநேகமாக மரத்தினால் புராதன முறையில் செய்யப்பட்ட நாற்காலி, சோபாக்கள்தான் இருந்தன. 'உட்கார்,' என்றான் ஜகந்நாத் ராவ். நாய் ராஜ்கோபால் அருகிலும் வந்து நட்புத் தோன்ற முகத்தை உயர்த்தி உயர்த்திப் பார்த்தது.

'என்ன, ராஜ்கோபால்? முரளீதரைப் பார்த்தியா?' என்று ஜகந்நாத் ராவ் கேட்டான்.

'பார்த்தேன், சார். அடுத்த புரொடக்ஷன்தான்னுட்டார், சார்.'

'அது எப்பவாம்?'

'குறைந்தது ஆறு மாதமாவது ஆகும்னுட்டார், சார்.'

'இங்கே ரெட்டியார் கிட்டேந்து ஏதாவது வந்ததா?'

'நாலு மாசம் முன்னாலே கொடுத்த ஒரு அறுபது ரூபாய்தான்.'

இருவரும் சிறிது நேரம் மௌனமாக இருந்தார்கள். பிறகு ஜகந்நாத் ராவ் கேட்டான், 'நான் பெர்லின் போகிறேன், தெரியுமா?'

'சிட்டி சொன்னான், சார்.'

'யார் சிட்டி?'

'எடிட்டர் பீதாம்பரம் அசிஸ்டெண்ட்.'

'ஓ அந்தப் பையனா? நான் போறது இரண்டு நாள் முன்னாலேதான் தீர்மானமாச்சு. பெர்லின், அப்புறம் ஈஸ்ட் யூரோப்பியன் கண்ட்ரீஸூம் போய்வர ஏற்பாடாயிருக்கு.'

'எப்போ திரும்பி வரீங்க, சார்?'

'இந்த மாசம் பதினாலாம் தேதி போய், வர மாசம் ஏழாம் தேதி வந்துடறேன். என் புஸ்தகம் ஏதாவது அங்கே பப்ளிஷ் பண்ணமுடியுமான்னும் பார்க்கலாம்னு இருக்கேன்...'

'ரெட்டியார் வீடுகூடக் காலியாகக் கிடக்கு. அவர் எங்கே போனார்னும் யாரும் சொல்லமாட்டேன்றாங்க!'

'ரெட்டியார் எங்கே இருக்கார்னு எல்லாருக்கும் தெரியும். அவர் இப்போ இங்கே இருந்துதான் என்ன பண்ணமுடியும்?'

'ரொம்ப மோசம் பண்ணிட்டார், சார்.'

'அவர் இவ்வளவு நாள் கம்பெனியை ஓட்டினது ஆச்சரியம். எனக்குப் படம் ஆரம்பம் ஆனநாள் ஐநூறு கொடுத்தார். மாமண்டூர் அவுட்டோர் ஷூட்டிங் நடந்த அன்னிக்கு ஒரு இருநூறு. அவ்வளவுதான் ... நடராஜன் என்ன பண்ணறான் தெரியுமா?'

'எனக்குத் தெரியாது, சார்.'

‘அவனுக்கும் ஒண்ணும் இல்லை. பாவம். பார்க்கலாம். நான் பெர்லின் போய் வந்தப்புறம் ஏதாவது ஆரம்பிச்சுப் பார்க்கலாம்.’

‘நான் ஒண்ணு கேள்விப்பட்டேன், சார்.’

‘என்ன?’

‘ராம அய்யங்கார் அந்த புரொடக்ஷனையே அப்படியே எடுத்திண்டிடப் போறார்னு கேள்விப்பட்டேன், சார்.’

‘எந்த ராம அய்யங்கார்? வினாயகா ஸ்டுடியோ முதலாளியா?’

‘ஆமாம், சார். அந்த புரோகிராம் மானேஜர் ராமானுஜமே சொன்னான், சார். இப்ப இருக்கறபடியே எடுத்திண்டு அவுங்க கம்ப்ளீட் பண்ணி ரிலீஸ் பண்ணலாம்னு ஒரு புரொபோசல் இருக்காம்.’

‘அப்படியா?’ ஜகந்நாத் ராவ் யோசனையில் ஆழ்ந்தான். அப்போது அந்த ஐரோப்பிய நங்கை உள்ளேயிருந்து வந்து ஜகந்நாத் ராவிடம் ராஜ்கோபாலுக்குப் புரியாத மொழியில் ஏதோ கேட்டாள். ஜகந்நாத் ராவ் அதே மொழியில் அவளுக்குப் பதில் சொன்னான். அவள் உள்ளே போனாள். ‘நீ இங்கே சாப்பிடறியா?’ என்று ஜகந்நாத் ராவ் ராஜ்கோபாலைக் கேட்டான்.

‘வேண்டாம், சார்,’ என்று ராஜ்கோபால் பதில் சொன்னான்,

‘இன்னிக்கு வேலைக்காரங்க யாரும் கிடையாது. சமையல் எல்லாம் என் மனைவிதான். நீயும் சாப்பிடமுடியும்னு சொன்னா அவள் இப்பவே தயார் பண்ணறத்துக்குச் சரியாயிருக்கும்.’

‘இல்லை, சார். நான் வீட்டிலேயே சாப்பிட்டுக்கிறேன்.’

மறுபடியும் சிறிது நேரம் இருவரும் மௌனமாக இருந்தார்கள். ஜகந்நாத் ராவ் சொன்னான், ‘அந்த வினாயகா அய்யங்காரே படத்தை வாங்கிண்டா எனக்கு இடம் இருக்கும்னு தோணலை.’

‘ஏன், சார்?’

‘நான் புரோகரசிவ் குரூப். அய்யங்கார் சுவாமிக்கு காம்ரேட்னா ஒரே பயம்.’

‘பாதிப் படத்திலே டைரக்டரை மாத்த மாட்டாங்க, சார்.’

‘ராம அய்யங்கார் நினைச்சா எல்லாம் செய்வார். அப்புறம் நான் டெக்னீஷியன் யூனியனுக்கு வேறே ப்ரசிடெண்ட். ஆனா, என் விஷயத்திலேதாம்பா இந்தக் கஷ்டம் எல்லாம். உன்னை அப்படியே வெச்சிண்டாலும் வெச்சிப்பார். நீ எதுக்கும் அவரையும் போய்ப் பாரு.’

‘அவர் டைரக்டர் இஷ்டம்னு சொல்லிட மாட்டாரா?’

‘வினாயகா ஸ்டூடியோஸ் புரொடக்ஷன்னா ஓய். ஆர். சந்தர் கிட்டேதான் வரும். நான் சந்தர் கிட்டே சொல்லறேன்.’

‘உங்களுக்கு வேறே ஒண்ணும் வரலையா, சார்?’

‘ஒரு மலையாளப் படம் இருக்கே, அது ஒண்ணுதான். அதுகூட இல்லைன்னா நான் பிலிம் டைரக்டர்னு பேரே போட்டுக்கவேண்டாம். ரெட்டியாருக்குப் பழைய விசுவாசம்; கூப்பிட்டுண்டார். ‘இதோ பாதை’க்கப்புறம் எனக்குத் தமிழ்ப் படம் இது ஒண்ணுதான் இருந்தது. இப்போ அதுவும் இல்லை.’

‘அந்த மலையாளப் படத்திலே சான்ஸ் கிடைக்குமா, சார்?’

‘அதிலையா? ஊஹூம். அது அஞ்சாறு பேர் பார்ட்னர்ஷிப்லே எடுக்கிற படம். ஒரு பார்ட்னரே உட்கார்ந்து கன்டினியூடி ஷீட்ஸ் எழுதறார்னா பாத்துக்கோ.’

‘ஏதாவது நீங்கதான் பார்த்துத் தரணும், சார்.’

‘நீ அண்ணா கூட இருக்கே, இல்லை?’

‘ஆமாம், சார்.’

‘சௌக்கியமா இருக்கா?’

இல்லையென்று ராஜ்கோபால் தலையை அசைத்தான். ‘எங்க அண்ணன் என்னை மதிக்கிறதே கிடையாது. பேசறது கூடக் கிடையாது. வீட்டிலே அம்மா இருக்காங்க. அதனாலேதான் நான் இன்னும் அங்கே தொத்திண்டிருக்க முடிகிறது.’

ஜகந்நாத் ராவின் மனைவி பீப்பாய் மாதிரி உருவம் கொண்ட கண்ணாடி தம்ளரில் ஏதோ பழரசம் கொண்டு வந்தாள். அதில் பப்பாளி வாசனை இருந்தது. மாம்பழ வாசனையும் அடித்தது. தம்ளர் ஓரத்தில் எண்ணெய்ப் பசை சரியாகக் கழுவப்படாமல்

இருந்தது. ஜகந்நாத் ராவின் மனைவிக்குப் பாத்திரம் கழுவத் தெரியவில்லை. ராஜ்கோபாலுக்கு ஜகந்நாத் ராவ் அவளைக் கல்யாணம் பண்ணிக்கொண்டது தெரியாது. ஜகந்நாத் ராவின் சொந்த வாழ்க்கை ரொம்பப் பேருக்குத் தெரியாது. ஜகந்நாத் ராவ் ஒரு சினிமாக்காரனாக இருப்பதில்லை.

ஜகந்நாத் ராவ், ராஜ்கோபால் இருவருக்கும் ஒருவரையொருவர் களைத்துப்போயிற்று. ராஜ்கோபால், 'நான் போயிட்டு வரேன், சார்,' என்று சொல்லிக்கொண்டு கிளம்பினான். சில மாதங்கள் முன்பெல்லாம் எப்போதும் பசிக்கும், எப்போதும் பசிக்காது, எப்போதும் எதையும் சாப்பிடலாம். ஆனால் நான்கு மாதங்களாகத் தினம் வீட்டுச் சாப்பாடுதான். பத்து மணிக்குச் சாப்பிடும் பழக்கம். பதினோரு மணிக்கு நன்றாகப் பசித்தது. ராஜ்கோபால் தன்னிடமிருந்த சில்லறையிலிருந்து அரைப் பாக்கெட் சார்மினார் வாங்கிக்கொண்டான். வீட்டுக்குப் போகாமல் பல்லைக் கடித்துக்கொண்டு சைகிளைக் கோடம்பாக்கம் நெடுஞ் சாலையில் மிதித்துக் கொண்டு போனான். கோடம்பாக்கம் மேம்பாலம் அரக்கன்போல் நிமிர்ந்துகிடந்தது. ஒருவழியாக மூச்சைப்பிடித்து மேடு ஏறிமுடித்த பிறகு நிம்மதி தரும் அரை நினைவில் இறக்கத்தில் உருண்டோடும் சைகிள்மீது அசைவற்று உட்கார்ந்திருந்தான். இரு சக்கரங்களின் சிறு சிறு நெளிவு கோணல்கள்கூட அப்போது உணர முடிந்தது. பின் சக்கர ஃபிரீவீலிருந்து 'ஒய் ஒய்' என்ற சத்தம் அடிக்கு அடி துரிதமாகிக் கொண்டிருந்தது. அபூர்வமான லயங்கொண்ட அந்தச் சங்கீதம் சில விநாடிகள் நீடித்தது. வேறு ஒரு சுருதியில் ஒரு அந்நிய ஒலி கிளம்பி மற்றெல்லாவற்றையும் அமுக்கியது. கவலையுடன் ராஜ்கோபால் சைகிளை நிறுத்தி முன் சக்கரத்தை அழுத்திப் பார்த்தான். அரை நிமிட காலத்திற்குள் அந்த சக்கரத்தின் டியூப் காற்றெல்லாவற்றையும் இழந்துவிட்டிருந்தது.

ஐந்து

ராஜ்கோபால் அப்படியே நின்றான். நல்ல இறக்கத்தில் சைகிளைப் பிடித்துக்கொண்டு நிற்பதற்குச் சிறிது பிரயத்தனம் தேவைப்பட்டது. அவன் அந்தப் பிரயத்தனத்தைப் பொருட்படுத்தாமல் இருந்தான். ஆனால் பாலம் மீதேறி வெகுவேகத்தில் உருண்டோடி இறங்கிக்கொண்டிருந்த மற்ற வண்டிகள் அவனை விட்டுவிடுவதாக இல்லை. ஒரு சைகிள் ரிக்ஷாக்காரன், 'புத்தி இருக்கா?' என்று கேட்டுவிட்டுப் போனான். ராஜ்கோபால் சைகிளைத் தள்ளிக்கொண்டே சைகிள்கள் ரிப்பேர் செய்யும் கடையைத் தேடிப் போனான். அவனுக்கு வடபழனியில் சைகிள் கடைகள் தெரியும். அதற்குப் போகும் வழியில் அவ்வளவு தெரியாது. இப்போது தெரிய வந்தாலும் பங்க்சர் ஒட்டிக் கொடுத்ததற்கு உடனுக்குடனே காசைக் கொடுக்காமல் வண்டியை எடுத்து வர முடியாது.

ஒரு கடைக்காரனைக் கண்டுபிடித்து அவனிடம் சைகிளை ஒப்படைத்து, 'இதை பங்க்சர் போட்டு வை, நான் ஒரு இரண்டு மணி நேரத்திலே வரேன்,' என்று சொல்லிவிட்டு வந்தான். சிறிது தூரம் வந்த பிறகுதான் மீண்டும் திரும்பிப் பார்த்து அவன் எந்தக் கடையில் சைகிளைக் கொடுத்தான் என்று கவனித்து வைத்துக் கொண்டான். வெயிலும் வயிறும் காய்ந்தது. சின்ன வாழைப்பழமானாலும் பத்து பைசா சொன்னான் சோடாக் கடைக்காரன். ஜகந்நாத் ராவ் வீட்டில் சாப்பிட்டிருக்கலாம். ஆனால்

அங்கே சாப்பிடுவதற்கு என்று காத்திருக்க ஆரம்பித்துவிட்டால் அப்புறம் கிளம்பி வடபழனி வர மத்தியானத்திற்கு மேல் ஆகிவிடும். பன்னிரண்டு மணிக்குள் சாஹினி ஸ்டூடியோ போனால் சாப்பாட்டு நேரத்திற்குள் யாரையாவது ஐந்தாறு பேரைப் பார்க்கலாம். பார்த்தால்தான் சரியாகும். இப்படிச் சேர்ந்தாற்போல் நான்கு மாதம் ஒரு சம்பாத்தியமும் இல்லாமல் இருந்ததில்லை. ராஜ்கோபாலுக்கு வாழைப்பழத்தின் இனிப்பு இனியும் வாயில் தங்குவது தாங்க முடியவில்லை. அவனுக்கு அன்றைய தினத்தின் முதல் சிகரெட்டாகிய அந்த சார்மினாரின் முரட்டுக் கசப்புப் புகை ஒரு அமைதியைத் தந்தது.

ராஜ்கோபால் பஸ் ஸ்டாண்டில் போய் நின்றான். வருஷக்கணக்கில் உழைத்த துறை ஒரேயடியாக அனாதையாக்கி விடவில்லை. ஒரு பழைய மோட்டார் வான் பஸ் ஸ்டாண்டு அருகே நின்றது. அதை ஓட்டி வந்த பழனிசாமி, 'சும்மா ஏறுங்க, சாமி,' என்றான். அவன் என்ன தைரியத்தில் சொன்னான் என்று உடனே கண்டுகொள்ள முடியவில்லை. அவன் பக்கத்திலே இருவர் நெருக்கியடித்துக்கொண்டு உட்கார்ந்திருந்தார்கள். பின்னால் இருந்த இரு நீள சீட்டுகளில் ஏராளமான பெண்கள் அடைந்து கிடந்தார்கள். பழனிசாமி, 'சும்மா ஏறுங்க, சாமி,' என்று இன்னொரு முறை சொன்னான். முன்னாலிருந்தவரில் ஒருவர் சிறிது அசைந்து கொடுத்து, 'நீங்க இங்கே வரீங்களா? நான் வேணுமானால் பின்னாலே போயிடறேன்,' என்றார். அவர் நேரடியாகச் சினிமாவைச் சேர்ந்தவராக இருக்க முடியாது. பின்னால் இருந்த பெண்கள் யாரோ ஒருத்தியின் தகப்பனாக இருக்க வேண்டும். ராஜ்கோபால், 'வேண்டாம், நீங்க பாட்டுக்கு இருங்க,' என்று சொல்லி வான் பின்னால் போய்க் கதவைத் திறந்து உள்ளே ஏறிக் கதவை ஓங்கிச் சாத்தினான். ஒரு சீட்டிலும் உட்கார ஒரு அங்குலம் இடம்கூடக் கிடையாது. இரண்டு பெண்கள் தலையைக் கூரையில் இடித்துக்கொண்டு எழுந்து, 'நீங்க உட்காருங்க, அண்ணா,' என்று சொன்னார்கள். வண்டி கிளம்பிப் போய்க்கொண்டிருந்தது. இப்போது ஒன்றும் பதில் உபசாரம் சொல்லாமல் ராஜ்கோபால் உட்கார்ந்துகொண்டான்.

'பார்த்து ரொம்ப நாளாச்சுங்களே, எங்கேயாவது ஸ்டூடியோவுக்குத் தான் போவீங்கன்னு வண்டியை நிறுத்தினேன்,' என்றான் பழனிசாமி.

'சாஹினி வரைக்கும் போகணும்,' என்றான் ராஜ்கோபால்.

'நாங்க அசுவனிக்குப் போகிறோம்,' என்று ஒரு பெண் சொன்னாள்.

சாஹினியிலிருந்து அசுவனி ஸ்டூடியோ ஒரு மைல் தள்ளி இருந்தது. ராஜ்கோபால் கழுத்தை உயர்த்தி முன் பக்கம் நொடித்து வாயால் தன் சட்டைக்குள் ஊதிக்கொண்டான். அந்தப் பெண்கள் எல்லோரையும் அவனுக்குத் தெரியும். ஆனால் ஒன்றிருவருடைய பெயர்தான் கவனத்தில் இருந்தது. எல்லாரும் கலைந்த தலை, எண்ணெயும் தூக்கமும் வழியும் முகம், வழிக்கப்பட்டு பூசப்பட்டு அழிந்துபோய் மீண்டும் பூசப்படாத புருவமாக இருந்தார்கள். அவர்கள்தான் ஸ்டூடியோ போய் மேக்கப் முடிந்தவுடன் புத்துயிர்பெற்று சோர்வு களைப்பு இல்லாமல் மணிக்கணக்கில் உடலை ஊடுருவிவிடும்போலப் பிரகாசமான விளக்குகளின் ஒளியில் ஒரு நடனத்தின் நூற்றில் ஒரு பங்கைத் திரும்பத் திரும்ப ஆடிக்கொண்டே இருப்பார்கள். பிற்பகல் இரண்டு மணிக்கு மேக்கப் முடிந்து மூன்று மணிக்கு உடலெல்லாம் உறுத்தும் ஜரிகை ஜிகினா நடன உடை அணிந்துகொண்டு நான்கு மணிக்கு ஸ்டூடியோவுக்குப் போனால் அன்றைய வேலையை முடித்து அவர்களை வீட்டுக்குப் போகச் சொல்லும்போது விடியற்காலை மூன்று மணி நான்கு மணி கூட ஆகலாம். அப்போது அவர்கள் அவிழ்த்துப் போடும் அந்த ஜிகினா உடைகளை ஒரு மூட்டையாக ஒருவன் கட்டுவான். அதை நினைத்தவுடன் தாங்கமுடியாத ஒரு நாற்றத்தின் நினைவு ராஜ்கோபாலுக்குக் குமட்டலை உண்டுபண்ணியது.

'எங்கே மாலா, சகுந்தலா?' என்று அவன் அந்தப் பெண்களைக் கேட்டான்.

'எல்லாரும் மாலா, சகுந்தலாவைத்தான் கேக்கறாங்க,' என்று தலையிடிக்கக் குனிந்து நின்றவள் ஒருத்தி பதில் சொன்னாள். தூங்கி வழிந்த பெண்களில் இரண்டு மூன்று பேர் சிறிது சிரித்தார்கள்.

'உன்னைக் கேட்டேனே?' என்று சொல்லிக்கொண்டான் ராஜ்கோபால்.

'கோச்சிக்காதீங்க, அண்ணா,' என்று அவள் சொன்னாள். அவள் உற்சாகமும் அணைந்துவிட்டது.

'அந்த மாமண்டூர் அவுட்டோருக்கப்புறம் ஒண்ணுமே வேலை நடக்கலை போலத் தெரியுதே?' என்று பழனிசாமி கேட்டான்.

‘ஏதாவது நடந்தா உனக்குத் தெரியாதபடி இருக்குமா? பழனிசாமி பி.டி. வண்டி ஓடாதபடி என்ன புரொடக்ஷன் நடக்கும்?’

பழனிசாமி அதைக் காதில் போட்டுக் கொள்ளவில்லை. ஒரு பெண், ‘என்னண்ணா, பாண்ட் ஒரே கரியாயிருக்கிறது?’ என்று கேட்டாள். ராஜ்கோபாலின் டிரௌசரின் வலது கால் அடியில் சைகிள் மசி நிறைய ஒட்டிக்கொண்டிருந்தது. ‘சைகிள் கரி,’ என்று ராஜ்கோபால் சொன்னான்.

‘என்னங்க?’ என்று பழனிசாமி வண்டியை ஓட்டிய வண்ணம் கேட்டான்.

‘சைகிள் கரி,’ என்று ராஜ்கோபால் இம்முறை அவனிடம் சொன்னான்.

பழனிசாமிக்கு ஒன்றும் புரியவில்லை. அவன் உட்கார்ந்த இடத்திலிருந்து என்ன திரும்பினாலும் வான் உள்ளே அவ்வளவு நன்றாகப் பார்க்க முடியாது.

‘சைகிள் செயின் மசி துணியிலே பட்டுடுத்துன்னு சொன்னேன்,’ என்று ராஜ்கோபால் விளக்கினான்.

‘நீங்க என்ன தம்பி இன்னும் சைகிள்ளேயே போயிட்டிருக்கீங்க. நேத்துப் பசங்கல்லாம் ஸ்கூட்டரிலேயும் காரிலேயும் போறாங்க,’ என்று பழனிசாமி சொன்னான். அவன் நல்ல முறையில்தான் சொன்னான்.

மேக்கப் போட்டுக்கொண்டு பத்து மணி நேரம் பன்னிரண்டு மணிநேரம் வியர்த்து விருவிருக்க ஆடுவதற்கு முன்பேகூட அந்தப் பெண்கள் நாற்றமெடுத்தார்கள். ஒவ்வொருத்தியும் கோஷ்டி நடனப் பெண் என்பது போய்ப் பிரபல நடிகை ஆவது வரை நாற்றத்தைத் தவிர்க்க முடியாது. ராஜ்கோபால் பல்லைக் கடித்துக்கொண்டு உட்கார்ந்திருந்தான். வட பழனியாண்டவர் கோவிலுக்குப் போகும் தெரு தாண்டியவுடன் சாஹினி ஸ்டூடியோவும் வந்துவிட்டது. பழனிசாமியாகவே வண்டியை நிறுத்தினான். ராஜ்கோபால் கீழே இறங்கியவுடன் வெறும் ஒரு கைவீசலுக்குப் பிறகு கிளம்பிப்போய்விட்டான்.

ராஜ்கோபால் சாஹினி ஸ்டூடியோவுக்குள் போனான். காரில் போகிறவர்களுக்கு ஒரு தனி கேட்டே இருந்தது. நடந்து போகிறவர்கள் வழிக்குத்தான் ஏகப்பட்டத் தடுப்பு தற்காப்புகள் இருந்தன. வரவேற்பு அறை, நடந்து வருகிறவர்களுக்கு இதுபோதும்

என்கிற மாதிரி ஆடிக்கொண்டிருக்கும் பழைய மேஜை நாற்காலி பெஞ்சுகளுடன் நிறைய ஒட்டடை குப்பைக் கோலமாகவும் இருந்தது. தோட்ட வேலைக்காரர்களின் இரும்புத் தோண்டி மண்வெட்டி கடப்பாறைகளும் அந்த அறையிலேயே வைக்கப் பட்டிருந்தன. கூர்க்கா சீருடையில் பளிச்சென்று இருந்தான். வரவேற்பாளன் நாற்காலியில் உட்கார்ந்திருந்தவன் கசங்கிப்போன பழைய சட்டைதான் அணிந்திருந்தான். ராஜ்கோபாலைப் பார்த்து, 'என்ன துரை, பூஜைக்கு வந்தியா?' என்று கேட்டான்.

ராஜ்கோபால் அவன் மேஜைக்குப் பக்கத்தில் போய்ச் சாய்ந்து கொண்டான். 'உன் டிபன் பாக்ஸை எடு,' என்றான்.

'பிரியாணி கொண்டாந்திருக்கேன்; சாப்பிடறியா?' என்று அவன் கேட்டான்.

'பிரியாணி திங்கிற மூஞ்சியைப் பாரு,' என்றான் ராஜ்கோபால்.

'உங்க டைரக்டர் ஜெர்மனி போறாராமே?'

'ஆமாம், ஆமாம். அவரெல்லாம் ஜெர்மனி ஜப்பான்னு போயிட்டு வருவார்.'

'ஏம்பா, நீ அவர் கிட்டேதானே இன்னும் இருக்கே?'

'பத்து வருஷமாத்தான் இருக்கேன். ஒரு மாசம் ஒரு புரொட்யூசர் கிட்டேந்து முழுசா இருநூறு ரூபாய் வாங்கிக் கொடுத்தது கிடையாது. இப்போ ஆறு மாசமா சுத்தமா ஒண்ணுமே கிடையாது ... விட்டுத் தள்ளு.'

அப்போது கூர்க்கா உள்ளே எட்டிப் பார்த்து, 'சார்,' என்றான்.

வரவேற்பாளன், 'என்ன?' என்றான்.

'சாப்பாட்டு போறேன், சார்,' என்று கூர்க்கா சொன்னான்.

'மணி பன்னெண்டாயிடுத்தா? அங்கே கோவிந்தராஜ் இருக்கானா?'

'இல்லே, சார்.'

'அந்தோணி?'

'இல்லே, சார்.'

'தோட்டமாலி அமாவாசையாவது இருக்கானா?'

கூர்க்கா சிறிது தயங்கி, அப்படியே எட்டிப்பார்த்துவிட்டு, 'இல்லே சார்,' என்றான்.

'அப்போ நீயும் போயிட்டா நான் என்னய்யாங்கிறது?' என்று வரவேற்பாளன் கத்தினான்.

'நான் பாரா கண்டேக்குப் போகாட்டா என் தம்பி வூடு பூட்டிக்டுப் போயிடுவான், சார். எனக்குச் சாப்பாடு கிடையாது, சார்.' கூர்க்கா அசைக்க முடியாத திண்மையோடு பேசினான்.

'போய்த் தொலை. நான் காவல் நிக்கறேன்,' என்று வரவேற்பாளன் சொன்னான். கூர்க்கா ஆச்சரியமோ பதட்டமோ அடையாதவனாக அப்படியே அங்கிருந்து சென்றுவிட்டான். 'வாப்பா, ராஜ்கோபால். கொஞ்சம் அப்படி நின்னபடி பேசலாம்,' என்று வரவேற்பாளன் சொன்னான். 'நான் உள்ளே போயிட்டு வரேன். இன்னிக்கு யாராருது புரோகிராம்?' என்று ராஜ்கோபால் கேட்டான்.

'ஜமால் பிக்சர்ஸ் இன்னிக்குப் பூஜை போடறாங்க. கம்பெனி படம் ஒண்ணு, ராம்சிங் படம் ஒண்ணு. இதுதான்.'

'ராம்சிங்குது இருக்கு இல்லே?'

'இருக்கு.'

'ஜமால் யாரு?'

'இதுதான் முதல் புரொடக்ஷனாம். இன்னிக்கு ராகு காலம் முடிஞ்சவுடனே பூஜை. சரியாப் பன்னெண்டு பத்துக்கு.'

முகவாய்க்கட்டையை உருவிக்கொண்டே, 'இவருக்கு என்னப்பா ராகுகாலம்?' என்று ராஜ்கோபால் கேட்டான்.

'சினிமாவுக்கு வந்தவுடனேயே ராகுகாலம்தானே முதல்லே பார்ப்பாங்க?'

ராஜ்கோபால் உள்ளே போனான். அந்த ஸ்டூடியோ மிகவும் திட்டமிட்டுக் கட்டப்பட்டது. ஷூட்டிங் நடக்கும் ஃப்ளோர்கள் வரிசையாக இருந்தன. ஒவ்வொரு ஃப்ளோருக்கும் இணைந்தாற் போல் ஒரு கட்டிடம் உண்டு. அது அந்த ஃப்ளோரை உபயோகப் படுத்தும் படத் தயாரிப்பாளர் காரியாலயம், தன் சாமான்கள் வைத்துக்கொள்வதற்கு என்று. பளபளவென்று சோபா நாற்காலி மேஜை பீரோ உண்டு. டெலிபோன் எக்ஸ்டென்ஷன் உண்டு. ஃப்ளோர்கள் வரிசைக்கு எதிர்ப்புறத்தில் சிறிது தூரத்தில் வேறு

கட்டிடங்களும் இருந்தன. அதில் ஒன்றில் லாபரெட்டரியும் எடிடிங் அறைகளும் இருந்தன. ராஜ்கோபால் எடிடிங் பகுதிப் பக்கம் போனான். அன்று அங்கே பீதாம்பரம் இருந்தான். அவன் ஒன்றும் செய்யாமல் வெளியே நின்றுகொண்டு புகை பிடித்துக்கொண்டிருந்தான். அவனைத் தாண்டித்தான் ராஜ்கோபால் போகவேண்டும் என்ற நிர்ப்பந்தம் நேர்ந்துவிட்டது. பீதாம்பரத்துக்கு ராஜ்கோபாலைப் பிடிக்கும். அவனுக்குப் பிடித்தவர்கள் பிடிக்காதவர்கள் எல்லோரையும் ஒரே மாதிரிதான் நடத்தத் தெரியும்.

'வாய்யா இங்கே,' என்று ராஜ்கோபாலைக் கூப்பிட்டான். ராஜ்கோபால் போனான்.

'நாலு ரூபா இருபது பைசா எடு.'

'என்னது?'

'அன்னிக்கு விளையாடிட்டு நீபாட்டுக்கு வாயிலே கணக்குச் சொல்லிட்டுப் போகலே? எடு பணத்தை.'

'ஐயய்யோ, உங்களுக்கு நான் கணக்கு சொல்லிட்டே போகலியே!'

'என்னாயா, நாலுமாசம் ஆயிடுத்துன்னா டபாய்க்கலாம்னு பாத்தியா? சும்மா வெள்ளைச் சட்டை குழாய் மாட்டிண்டு வந்தா நான் விட்டிடுவேன்னு நினைச்சயா? எடு காசை!'

ராஜ்கோபால் தலையை அடித்துக்கொண்டான். 'உங்ககிட்டே நான் எப்படி முட்டிக்கறது? அன்னிக்கு நடராஜன் ராங் டிக் பண்ணி டபிள் கொடுத்தவுடனேயே உங்களுது கணக்குப்பண்ணி நான் பூராக் கொடுத்திட்டேன்.'

பீதாம்பரம் ராஜ்கோபாலின் சட்டையை விட்டான். 'இப்ப யார்கூட இருக்கே?' என்று கேட்டான்.

'ராவ்தான் ...'

'ராவ் இருக்கானா இன்னும்? அன்னிக்கு ரஷ் பார்த்தப்போ பார்த்ததுதான். அந்தக் குட்டி மயக்கம் போட்டது மாதிரி நடிச்சா, ரெட்டியான் ஊரைவிட்டே ஓடிட்டான். ராம ஐயங்காரே படத்தை எடுததுக்கப்போறதா எவனோ சொன்னான்.'

'எனக்குச் சிட்டி சொன்னான்.'

'எனக்கும் அந்த வெடியாமூஞ்சிதான் சொன்னான். அந்த நாமக்காரன்கிட்டே அகப்பட்டா படமும் நீங்களும் உருப்பட்ட மாதிரிதான். முதலை மாதிரி எல்லாத்தையும் முழுங்கிடுவான்.'

‘உங்களுக்கென்னங்க, ரொக்கமா அட்வான்ஸ் வாங்கிடுவீங்க. எம்மாதிரி மாசச் சம்பளமா?’

‘யோவ், என்னய்யா பெரிசா அட்வான்சு கொடுத்துக் கிழிச்சான் அந்த ரெட்டியான்? ஒரு வருஷம் முன்னாலே ஒரு ஐநூறு எப்படியோ கொடுத்தான். அப்புறம் வேலை நடக்கிற நாளுக்கு சோறு வாங்கிப் போட்டான். அவன் கூத்தியாளுக்குக்கூட அந்தந்த நாளுக்குத்தான் சோறு போடுவான்.’

ராஜ்கோபாலுக்கு மிகவும் பசித்தது. பீதாம்பரத்துடனேயே பேசிக்கொண்டிருந்தால் ஒரு மணிக்குமேல் பீதாம்பரத்துக்குச் சாப்பாடு வாங்கி வரப்போகும் எந்தத் தயாரிப்பாளனாவது ராஜ்கோபாலுக்கும் வாங்கி வந்துவிடுவான். ஆனால் இவ்வளவு தூரம் வந்து ஒரு இனாம் சாப்பாடு சாப்பிட்டுப் போவதில் ஒரு பலனுமில்லை. பீதாம்பரத்தை விட்டு விட்டு உள்ளே போனான். அன்று குளிர்சாதனம் வேலை செய்யவில்லை. ஜன்னல்கள் எல்லாவற்றையும் தச்சன் உதவி இல்லாமல் திறக்கமுடியாது. அறைக் கதவுகளை மட்டும் திறந்துவைத்து, உயரமாக நிற்கும் தூண்மின்விசிறிகள் மூலம் ஓரளவு சமாளித்துக் கொண்டிருந்தார்கள். அப்பழுக்கில்லாமல் நன்றாக உடை உடுத்தியிருந்த சிட்டி தரையில் பரவிக்கிடந்த பிலிமை வைண்டிங் மேஜையில் ஸ்பூலில் சுற்றி வைத்துக்கொண்டிருந்தான். ராஜ்கோபால் அவனருகே போய், ‘இப்ப நீ காந்தி மாதிரி இருக்கேய்யா,’ என்றான்.

‘இந்தப் பாழாப்போன ஸ்டூடியோலே பவர் வைண்டர் என்னிக்கும் ரிப்பேர்தான்,’ என்று அவன் பதில் சொன்னான். பிறகு, ‘வெளியிலே பூசாரி இருக்கில்லே?’ என்று கேட்டான்.

‘அவரைப் பார்த்துட்டுத்தான் அப்புறம் உள்ளே வந்தேன்.’

‘இன்னிக்கு ஒரு படம் புக் ஆயிருக்கு. என் கிட்டே ஒரு வார்த்தை சொல்லலே, அதன் மச்சானேயே அசிஸ்டெண்ட்டா வைச்சிண்டிருக்கு.’

ராஜ்கோபாலுக்குத் தெரியும் சிட்டி நான்கு படங்களுக்கு பீதாம்பரத்தின் உதவியாளனாக இருப்பது. ஒரு படத்துக்கு நூறு ரூபாய் என்றால்கூட மாதம் நானூறு ஆகும்.

‘ராம்சிங் தம்பியைப் பாத்தியா?’

சிட்டி ஒரு கணப்பொழுது அசைவற்று இருந்தான். பிறகு, ‘நான் பேசிட்டேன். இப்போ நேரேயே அழைச்சிண்டு போறேன், இரு,’ என்றான்.

சிட்டி பிலிமைச் சுருட்டி வைப்பதைப் பார்த்தவாறு ராஜ்கோபால் உட்கார்ந்திருந்தான். பிறகு அந்த அறையையும் சுற்றிலும் பார்த்தான். இன்னும் ஐந்தாறு பேர்கள் வெவ்வேறு மேஜைகளில் உட்கார்ந்துகொண்டு பிலிமைச் சுற்றி வைப்பது அல்லது துண்டித்து இணைப்பது போன்ற வேலைகளில் ஈடுபட்டிருந்தார்கள். ஒருவன் ராஜ்கோபாலைப் பார்த்து 'குட் மார்னிங்' வைத்தான். அறை மூலையில் ஏதோ ஒரு டைரக்டரும் ஒரு எடிடரும் மூவியோலாவில் ஒரு ரீலைப் போட்டுப் பார்த்துக்கொண்டிருந்தார்கள். பத்தடி ஓடுமுன் நிறுத்திப் படத்தைத் திரும்ப ஓட்டிக் காண்பிக்கச் செய்துகொண்டிருந்தார் அந்த டைரக்டர். ஒரு காதலனின் உணர்ச்சிப் பரவசமான கவிதைப் பெருக்கு நேராகவும் தலைகீழாகவும் அலறிக்கொண்டிருந்தது.

சிட்டி அவன் வேலையை முடித்து, ஷர்ட் டிரௌசரை விரல்களால் தட்டித் தூசியகற்றிவிட்டு, 'வா, போகலாம்,' என்றான். அவன் இரண்டு நாட்களாகப் போட்டுக்கொண்டாலும் அவன் துணிகள் வண்ணான் கருக்கு இழப்பதில்லை. ராஜ்கோபாலுக்கு ஒரு மணி நேரத்தில் மசி கூடவந்து ஒட்டிக்கொண்டுவிடுகிறது.

வெளியே வந்த இருவரையும் பீதாம்பரம் பார்த்துவிட்டான். சிட்டியைப் பார்த்து, 'ஏண்டா திமிர்பிடிச்ச சோம்பேறி, எல்லாத்தையும் அஸ்ஸெம்பிள் பண்ணிட்டியாடா?' என்று கேட்டான்.

'பண்ணியாச்சு,' என்று சிட்டி பதில் சொன்னான்.

'கானெல்லாம் எடுத்து பீரோவிலே வைச்சுப் பூட்டினயாடா, தூங்குமூஞ்சி?'

'எல்லாம் பீரோவிலேயே வைச்சிருக்கேன். சாவி உங்ககிட்டே தான் இருக்கு.'

'அப்ப கேட்டுண்டுபோய் பூட்டி வைக்கிறதானேடா கழுதைப்பயலே? சும்மா வெள்ளைச்சட்டை குழாய் மாட்டிண்டு டால் அடிச்சா ஆச்சாடா, வெடியாமூஞ்சி!' பீதாம்பரம் தன் ஜிப்பா பையிலிருந்து ஒரு கோத்ரஜ் சாவியை எடுத்து வீசியெறிந்தான். சிட்டி மறுவார்த்தை பேசாமல் அதை எடுத்துக்கொண்டு உள்ளே போய் இரண்டு நிமிஷத்தில் திரும்பவந்து சாவியைப் பீதாம்பரத்திடம் கொடுத்தான். 'நான் கொஞ்சம் அந்தப் பக்கம் போயிட்டுவரேன்,' என்று சொன்னான்.

'போ, போ,' என்று பீதாம்பரம் சொன்னான். பக்கத்தில் ராஜ்கோபால் இருப்பதை அவன் மதித்ததாகவே காண்பித்துக் கொள்ளவில்லை.

'நான் காலையிலிருந்து முழுப்பட்டினி,' என்று ராஜ்கோபால், சிட்டியிடம் சொன்னான்.

'காண்டீனிலே காபி வேணும்னா சாப்பிட்டுப்போகலாம்,' என்றான் சிட்டி.

'இல்லே, ராம்சிங் பிரதரைப் பார்த்துட்டு வந்து சாப்பிடலாம்,' என்றான் ராஜ்கோபால்.

இரண்டடி வைத்தவுடன் சிட்டி பதட்டத்துடன், 'ஒரு நிமிஷம் இரு. நான் லாப்புக்குப் போய் ஒண்ணு சொல்லிட்டு வந்திடறேன். ஒரு கானைப் பிரிண்ட் போட வேண்டாம்னு சார் சொன்னாரு. அதைச் சொல்ல மறந்துட்டேன்,' என்றான்.

சிட்டி ஓடிப்போன பிறகு ராஜ்கோபால் சிறிது தள்ளியிருந்த மரத்தருகில் போனான். அங்கே ஒரு சிமெண்ட் திண்ணை இருந்தது. அதில் உட்கார்ந்தவுடன் யாரோ தெரிந்த முகம் போவதுபோல் இருந்தது. 'சம்பத்,' என்று ராஜ்கோபால் கூப்பிட்டான்.

சம்பத் ஒரு உலுக்கலுடன் நின்று திரும்பிப் பார்த்தான். ராஜ்கோபாலைப் பார்த்ததில் மகிழ்ச்சியா இல்லையா என்று தீர்மானமாகச் சொல்ல முடியவில்லை. நான்கு மாதங்களில் அவனிடம் பல மாறுதல்கள் ஏற்பட்டிருந்தன.

'இங்கே எங்கே, சம்பத்?' என்று ராஜ்கோபால் கேட்டான்.

'ஜமால் பிக்சர்ஸ்லே வொர்க் பண்ணறேன். இன்னிக்குத்தான் பூஜை போடறாங்க. நீங்ககூட வாங்க, சார்.'

'எந்த ஃப்ளோர்லே?'

'ஆறாவது ஃப்ளோர்லே... நீங்க என்ன பண்ணறீங்க, சார்?'

'இப்போதைக்கு ஒண்ணுமில்லே... சம்பத், எனக்குக் கொஞ்சம் குடிக்கத் தண்ணீர் கொண்டுவறியா?'

ஒரு கணம் ஒன்றும் தோன்றாமல் சம்பத் நின்றான். பிறகு, 'எனக்கு லேட்டாறதுங்க, சார். அதோ அந்த வெராண்டா பின்னாலே புதுசா வாடர் கூலர் வைச்சிருக்காங்க. நீங்களே போய் சாப்பிட்டுடலாம்,' என்றான்.

சம்பத் அப்படியே போய்விட்டான். ராஜ்கோபாலுக்கு வயிற்றிலிருந்து ஒரு ஏக்கமான சப்தம் வந்தது. தண்ணீர் குடித்துவிட்டு

வர அந்த வெராண்டாப் பக்கம் போகக் கிளம்பினான். சம்பத் தண்ணீர்தான் கொண்டு வரவில்லை, தண்ணீர் கிடைக்குமிடத்தை யாவது காண்பிக்காமல் போகவில்லை.

ராஜ்கோபால் தண்ணீர் குடித்துவிட்டு வருவதற்கும் சிட்டி வருவதற்கும் சரியாக இருந்தது. இருவரும் ஃப்ளோர்கள் இருக்குமிடத்திற்குப் போனார்கள்.

மூன்றாவது ஃப்ளோரில் ராம்சிங் டைரக்ட் செய்யும் பட வேலை நடந்துகொண்டிருந்தது. வினாயகா ஸ்டூடியோவில் ஃப்ளோர்களுக்கெல்லாம் கதவுகளை கீல் வைத்துத்தான் இணைத்திருந்தது. கதவை மூடித் திறப்பதற்கென்று நிறைய இடம் விட்டுத்தான் வெளியே ஒலிப்பதிவு வானும் வேறு உட்கார்ந்திருப்பவர்களும் இருப்பார்கள். சாஹினி ஸ்டூடியோவில் கதவு அடியில் சக்கரங்கள் வைத்து சுவரோரமாகவே இழுத்துத் தள்ளிவிட முடிந்தது. ராம்சிங் வெளியே உட்கார்ந்திருந்தான். அவன் பக்கத்தில் ஐந்தாறு நாற்காலிகள் இருந்தும் யாரும் உட்காரவில்லை. ராம்சிங்குடைய இரு படங்கள் அடுத்தடுத்து நூறு நாட்கள் ஓடியிருந்தன. ஃப்ளோர் உள்ளே அடுத்த படப்பிடிப்புக்காக விளக்குகளை இடம் மாற்றிப் பொருத்திக் கொண்டிருந்தார்கள்.

மூன்று சிறுசிறு கூட்டங்களாக ராம்சிங்கைச் சுற்றி நின்று கொண்டிருந்தன. ஒரு கூட்டத்தில் ராஜ்கோபாலும் சிட்டியும் சேர்ந்துகொண்டார்கள். மற்ற இரண்டு கூட்டங்களும் அந்தஸ்தில் சிறிது உயர்ந்தவை. ஒன்று ராம்சிங்கின் நண்பர் கூட்டம். இன்னொன்று ஒரு பெரிய திரைப்பட விநியோகஸ்தரும் அவருடைய ஆள்களும். சிட்டி ராஜ்கோபாலை அங்கேயே இருக்கும்படி ஜாடை காண்பித்துவிட்டு ஃப்ளோர் உள்ளே போனான். ஐந்து நிமிஷம் கழித்து அவன் வெளியே வரும்போது ராம்சிங்கின் தம்பியான பரம்சிங்கும் கூட இருந்தான். ராம்சிங்கின் கண்ணில் படமுடியாத இடமாக ஓரிடத்தில் இருவரும் நின்றார்கள். சிட்டி, ராஜ்கோபாலுக்கு ஜாடை காண்பித்தான். ராஜ்கோபால் அவர்கள் அருகே போனான். 'இவர்தான் நான் சொன்னவர்,' என்று சிட்டி ராஜ்கோபாலைப் பரம்சிங்குக்கு அறிமுகம் செய்துவைத்தான்.

'நீங்க ஜகந்நாத் ராவுக்கு அசிஸ்டெண்டா இருந்து வரீங்களா?' என்று பரம்சிங் கேட்டான்.

'ஆமாம். அவர்கூட எட்டு வருஷம் இருந்தாச்சு.'

'நீங்க அப்போதான் ஃபீல்டுக்கு வந்தீங்களா?'

'அதுக்கு முன்னாலே நாலு வருஷம் ராமபிரம்ஹம் அசிஸ்டெண்டா இருந்தேன். அவர்தான் ஜகந்நாத் ராவிடம் அனுப்பிச்சு வைச்சார்.'

'நான் பிரதரைக் கேட்டுவைக்கிறேன். நீங்க என்ன கிராஜுவேட்டா?'

'இல்லே. எஸ்.எஸ்.எல்.சி.'

'அவரு கிராஜுவேட்டுதான் வேணும்பார். இப்பவே இரண்டு பேர் அப்ரெண்டிஸ் மாதிரி எங்ககூட இருக்காங்க. ஒருத்தர் பி.காம். இன்னொருத்தர் எம்.ஏ.'

சிட்டி சொன்னான். 'இவருக்குத் தெலுங்கு நல்லாவரும். அஞ்சாறு தெலுங்குப் படத்துக்கு வொர்க் பண்ணியிருக்காரு.'

'பிரதர் இப்போ தெலுங்கு படமெல்லாம் ஒத்துக்கிறதில்லை. ஒரு டமில், ஒரு ஹிந்தி. ஒரு வருஷத்துக்கு அது போதும்றாரு.'

'கேட்டுப் பாரு, பரமு. இவ்வளவு எக்ஸ்பீரியன்ஸ்டு அசிஸ்டெண்ட்ஸ் எங்கே இருக்காங்க?' என்று சிட்டி சொன்னான்.

பரம்சிங் ராஜ்கோபாலைக் கேட்டான். 'நீங்க நாளைக்குக் காலையிலே ஆபீஸ் வரீங்களா? பிரதரை நேரக் கேட்டுச் சொல்லறேன்.'

அப்போது ஃப்ளோர் உள்ளிருந்து ஜயசந்திரிகா வெளியே வந்தாள். மொகலாய நடனமாது உடையில் அவள் பார்ப்போர் கண் இமை செயலற்றுப் போகும்படி இருந்தாள். ராணிபோல நடந்து வந்து மாறாத புன்சிரிப்புடன் ராம்சிங் எதிரில் ஒரு சௌகரியமான நாற்காலியில் காலை நீட்டிக்கொண்டு உட்கார்ந்தாள். ராஜ்கோபாலைப் பார்த்து மின்சார வேகத்தில் முகத்தில் மிகுந்த கனிவு தெரியும் புன்னகை படர, 'ஹலோ,' என்றாள். அந்தச் செய்கையின் சக்தியை மீற முடியாமல் ராம்சிங் தன் நாற்காலியிலிருந்தபடியே திரும்பி ராஜ்கோபாலைப் பார்த்தான்.

ஆறு

பொம்மலாட்டப் பொம்மைகளை வைத்தே தயாரிக்கப்பட்டிருந்த அந்த வண்ணப் படம் நன்றாகவே இருந்தது. புதுமையாகவும் இருந்தது. ஆனால் கால்மணி நேரத்திற்கு மேல் போனால் நிச்சயம் சலிப்புத் தட்டிவிடும் போலிருந்தது. அந்தக் கட்டம் வந்தவுடன் படமும் நல்லபடியாக முடிந்து விட்டது. சுவரோரமாகப் பதிக்கப்பட்டிருந்த கூரை விளக்குகள் எரியத் தொடங்கின. அந்தச் சிறிய கொட்டகையில் கூடியிருந்த நூற்றுப் பத்து பேர்களில் நூறு பேர் கைதட்டிப் பாராட்டுத் தெரிவித்தனர். பாக்கிப் பத்து நண்பர்கள்தான் அந்தப் படத்தைக் கொண்டுவந்தவர்கள். செக்கோஸ்லோவாக்கியா நாட்டிலிருந்து வந்த வர்கள். அந்த நாளில் அந்த நாட்டில் சோஷலிசம் தளர்த்தி தாராளப்படுத்தப்பட்டு, பின் இறுக்கி முடியப்படவில்லை.

தென்னிந்திய பிலிம் வர்த்தக சபையின் தலைவர் திரையருகே சென்று அங்கு ஏற்பாடு செய்யப் பட்டிருந்த மேடைக்குப் பின்னால் போய் நின்று கொண்டார். அவர் பேச ஆரம்பிப்பதற்கும் ஐந்தாறு வெள்ளையுடையணிந்த பட்லர்கள் தட்டில் காபி, பிஸ்கட், முந்திரிப் பருப்பு, பாதாம் அல்வாவுடன் கொட்டகையின் கதவைத் திறந்து கொண்டு உள்ளே நுழைவதற்கும் சரியாக இருந்தது. அது

ஒரு தனிப்பட்டவர் திரைப்படக் கொட்டகை ஆனபடியால் உள்ளேயே புகைபிடிப்பதற்குத் தடையேதும் இல்லை.

வர்த்தக சபைத் தலைவர் வந்திருக்கும் அயல்நாட்டு விருந்தினரை ஒரு மாதிரிப் பெயர் சொல்லி வரவேற்புக் கூறி இந்தியாவுக்கும் செக்கோஸ்லோவாக்கியாவுக்கும் இரண்டாயிரம் ஆண்டுகளாகக் கலாசாரத் தொடர்பு இருந்துகொண்டே வருவதாக உரைத்தார். இரு மாதங்கள் முன்பு இத்தாலி நாட்டிலிருந்து இருவர் வந்தபோது வர்த்தக சபை அளித்த வரவேற்பின்போதும் அவர் இந்த இரண்டாயிரம் ஆண்டுக் கலாச்சாரத் தொடர்பு பற்றிக் கூறியிருந்தார். அவர் பேச்சு முடிந்த பிறகு, காலி கப்–ஸாசர்கள், தட்டுகள் அகற்றப்பட்ட பிறகு விருந்தினர் பார்ப்பதற்காகவென்று முந்திய ஆண்டு ஜனாதிபதி வெள்ளிப் பதக்கம் பெற்று, சினிமா விசிறிகள் சங்கம் (ரிஜிஸ்டர்ட்), தலை சிறந்த படம் என்று நற்சான்றிதழ் வழங்கிய தமிழ்ப் படம் ஆரம்பித்தது. அந்தப் படத்தைக் கதையும் எழுதி டைரக்ட் செய்ததற்காக ராம்சிங்குக்கு ரொக்கப் பரிசு கிடைத்திருந்தது. அந்தப் படத்திலிருந்து அவர் கட்டணம் படத்திற்கு எண்பதாயிரமாக உயர்ந்துவிட்டது என்று கூறிக்கொண்டார்கள். வெளியே போக முடியாத சூழ்நிலையிலிருந்த செக்கோஸ்லோவாக்கியர்கள் படத்தைப் பார்த்தார்கள். டெலிபோன் பேச வேண்டியிருப்பதைக் காரணமாக வைத்துக் கொட்டகை வெளியில் வந்த வர்த்தக சபைத் தலைவர், பிரஸ் இன்பர்மேஷன் பீரோ அதிகாரி ஒருவர் நின்றுகொண்டிருப்பதைப் பார்த்து, ‘என்னங்க, மிஸ்டர் திரவியம், நீங்க படத்தைப் பார்க்கலியா?’ என்று கேட்டார். திரவியம்தான் அந்தப் பத்துப் பேரை சென்னை முழுவதும் சுற்றிக் காட்டப் பொறுப்புச் சுமத்தப்பட்டவர். ‘அந்தத் தலைவலியை யார் பார்த்துச் சகிச்சுக்கிறது?’ என்று அவர் பதில் சொன்னார்.

வர்த்தக சபைத் தலைவர் அந்த மிகச் சிறந்த படத்தைப் பார்ப்பதில் என்ன தலைவலி இருக்க முடியும் என்ற வியப்பில் இருந்திருக்கக் கூடும். ஆசியாவிலேயே மிகப் பெரிய ஸ்டூடியோ வின் முதலாளியாக இருந்ததோடு கூட உருளைக்கிழங்கு வியாபாரத்திலும் முன்னணியில் இருந்தார். அவர் திரவியத்தைத் தாண்டிச் செல்லும்போது திரவியம், ‘ஏனுங்க, இன்னிக்கு ஸ்பீச் பண்ணினீங்களே, அதை யாரு எழுதிக் கொடுத்தது?’ என்று கேட்டார்.

வர்த்தக சங்கத் தலைவர், ‘ஏன்?’ என்று கேட்டார்.

'இந்த இரண்டாயிரம் வருஷம் விஷயத்தை விட்டுடுங்களேன். எங்களைக் கேட்டாலாவது பொருத்தமா ஒண்ணு தயார் பண்ணிக் கொடுப்போம்.'

'சரி, கவனத்திலே வைச்சுக்கறேன்.'

'செக்கோஸ்லோவாக்கியான்னு ஒரு தேசம் உண்டாகியே ஐம்பது வருஷம்தான் ஆகிறது.'

அன்று மாலை தென் பிராந்திய முற்போக்குக் கலைஞர் குழுவும் தமிழ்நாடு சினிமா டெக்னிஷியன்ஸ் யூனியனும் சேர்ந்து செக் விருந்தினர்களுக்கு வேறொரு இடத்தில் வரவேற்பு அளித்தனர். இந்த வரவேற்புக்கு சினிமா சம்பந்தம் இல்லாதவர்களும் வந்திருந்தார்கள். இன்னொரு அயல்நாட்டுச் செய்தி ஸ்தாபன உபதலைவர் வந்திருந்தார். விருந்தினர்கள் இந்த வரவேற்பில் உள்ள நண்பர்கள் மத்தியில் மிகவும் சுதந்திரத்துடன் நடந்துகொண்டார்கள். ஜகந்நாத் ராவ்தான் எல்லா ஏற்பாடுகளையும் மேற்பார்வை செலுத்தி வந்தான். ராம்சிங் வந்திருந்தான். ஒரு இக்கட்டான சந்தர்ப்பத்தில் செக் குழுவின் தலைவருக்கு ராம்சிங்கை அறிமுகப்படுத்தியேயாக வேண்டிய நிர்ப்பந்தம் ஜகந்நாத் ராவுக்கு ஏற்பட்டது. அருகே இருந்த திரவியம், 'இவர் படத்தைத்தான் நீங்கள் இன்று காலை பார்த்தீர்கள்,' என்று சொன்னார்.

'ஓ... அப்படியா!... ரொம்ப நல்ல படம்! ரொம்ப நல்ல படம்!' என்று செக் குழுத்தலைவர் சொன்னார்.

ராம்சிங் அந்தப் பாராட்டை அப்படியே அங்கீகரித்துக் கொண்டான்.

'சோக அம்சம்தான் கொஞ்சம் அதிகமாக இருந்தது,' என்று செக்காரர் சேர்த்துக்கொண்டார்.

இப்போது ராம்சிங்குக்கும் சிறிது சந்தேகம் வந்தது. ஜகந்நாத் ராவ் கண்களில் ஓரளவு தெரியுமளவுக்கு விஷமம் தென்பட்டது. அந்தப் படத்தில் ஆரம்பத்தில் நன்றாகப் பாடி விளையாடிக்கொண்டிருந்த வாலிபக் கதாநாயகனுக்குக் கைபோய், கல்யாணமான பிறகு தாய், சொத்து, பிறந்த குழந்தை இவை எல்லாம் போய்க் குருடனாகவும் ஆகிவிடுகிறான்.

'வாழ்க்கையே சோகம்தானே,' என்று ராம்சிங் சொன்னான்.

‘எங்களுக்கு (நாஜி) ஆக்கிரமிப்பு இருந்தது. லட்சக்கணக்கான பேர் நசித்துப்போனார்கள். அப்படியும் எங்கள் கதைகளைவிட உங்களுடையதில் சோகம் அதிகமாகத்தான் இருக்கிறது.’

திரவியம் ஏனிந்தப் பேச்சைத் தொடங்கினோம் என்கிற சங்கடம் தெரிய நின்றுகொண்டிருந்தார்.

செக்காரர் இறுதியாக ஒன்று கூறி முடித்தார், ‘நானும் மூன்று இந்தியப் படங்களைப் பார்த்துவிட்டேன். உங்கள் கதாநாயகர்களுக்குப் பெண்மை சிறிது அதிகமாக இருப்பதாகப் பட்டது. அதிலும் உங்கள் படத்து நடிகர் எல்லாவற்றிற்கும் அழுதுவிடுகிறார்.’

இதைச் சிநேகித முறையில்தான் அவர் சொன்னார். எல்லாரும் லேசாகச் சிரித்தார்கள். ராஜ்கோபால் மட்டும் சிறிது உரக்கச் சிரித்துவிட்டான். உலகத்திலேயே தலைசிறந்த நடிகர் என்று நாட்டில் ஒரு சிலரால் கொண்டாடப்படும் அந்த நடிகர் வலுவான சுவாசம் பெற்றவர்.

ராம்சிங் சுற்றுமுற்றிலும் பார்த்துக்கொண்டான். ராஜ்கோபால் சிரித்ததை அவன் குறிப்பாகக் கவனித்திருக்க வேண்டும். மற்றவர்கள் எல்லோரும் எந்த நாளிலும் அவன் எல்லைக்குள் வரக்கூடியவர்கள் அல்ல.

ராம்சிங் திரும்பி ராஜ்கோபாலைப் பார்த்தபோது அதுவே நல்ல தருணமாயிருக்குமென்று அவன் தம்பி பரம்சிங் அருகில் சென்று ஏதோ சொன்னான். அதே ராம்சிங் எப்போதோ முன்னொரு முறை திரும்பிப் பார்த்திருந்ததை ராஜ்கோபால் மறந்திருந்தான்.

ஜயசந்திரிகா, ‘என்ன சார், அங்கேயே நின்னுட்டிருக்கீங்க?’ என்று கேட்டாள்.

ராஜ்கோபால் சிறிது முன்னால் வந்தான். ஜயசந்திரிகாவுடன் தனிப்பட்ட முறையில் அவனுக்குப் பேசுவதற்கு எதுவுமில்லாமலிருந்தது. ஆனால் அவள், ‘ஒண்ணும் தயவேயில்லையே, சார்? கண்ணிலேயே நீங்கள் தென்படறதில்லை. வந்தாலும் பாக்காது மாதிரி போயிடறீங்க,’ என்றாள்.

ராம்சிங் எழுந்து நின்றான். ஃப்ளோர் உள்ளிருந்து அவன் உதவியாளன் ஒருவன் வெளிப்பட்டான். அப்படி என்றால் எல்லாம் தயாராகியிருக்க வேண்டும்.

‘வாங்க மேடம். எல்லாம் ரெடி,’ என்று ராம்சிங் சொன்னான்.

‘இந்த ஷாட் முடிஞ்சவுடனேயே நான் வீட்டுக்குப் போகணுமுங்க,’ என்றாள் ஜயசந்திரிகா.

ராம்சிங், ‘சரி, மேடம்,’ என்றான்.

ஜயசந்திரிகாவும் எழுந்து நின்றுகொண்டாள். ராம்சிங் அவளுக்காகக் காத்திராமல் உள்ளே விரைந்து சென்றான். போகும்போது ராஜ்கோபாலைத் தாண்டிச் செல்லவேண்டியிருந்தது. அரைக் கணம் நீடித்த அவன் பார்வை ராஜ்கோபாலுக்கு ஏதேதோ தெரிவித்தது. ராஜ்கோபாலுக்கு செக்கோஸ்லோவாக்கிய சினிமா கோஷ்டியின் சென்னை விஜயம் ஞாபகம் வந்துவிட்டதென்பதும் ராம்சிங்குக்கும் அதே ஞாபகம் வந்துவிட்டது. ராஜ்கோபாலுக்குத் தெரிந்துபோயிற்று. ராம்சிங், ராஜ்கோபாலைக் கண்டு சிறிதுகூட தலை அசைக்காமல் உள்ளே போய்விட்டான்.

ஜயசந்திரிகா எழுந்து உள்ளே போனாள். ராம்சிங்கோடு வியாபாரம் பேசவந்த வெளியூர் விநியோகஸ்தர்கள் மூச்சுவிடாமல் நின்றார்கள். பரம்சிங் சிட்டியை விட்டுவிட்டு ஜயசந்திரிகாவுக்கு வழி காட்டுவதுபோல் முன்னே போனான். ஜயசந்திரிகா ராஜ்கோபாலின் மூக்கைப் பிடித்து இழுத்துவிட்டு உள்ளே போனாள். ஃப்ளோர் உள்ளே சென்றிருந்த ராம்சிங்கும் இதைக் கவனித்து விட்டான். ஜயசந்திரிகா உள்ளே போனவுடன் பரம்சிங் ராஜ்கோபாலிடம் வந்து, ‘இன்னிக்கு பிரதர் ஏதோ நினைவிலே இருந்துட்டாரு. நாளைக்கு நான் சொல்லி சிட்டிகிட்டே சொல்லியனுப்பறேன்,’ என்றான். அதற்குத் தேவை இருக்காது என்று ராஜ்கோபாலுக்குத் தெரிந்துவிட்டிருந்தது.

இப்போது அந்த வெளியூர் விநியோகஸ்தர்கள் காலி நாற்காலிகளில் உட்கார ஆரம்பித்தார்கள். ஒருவர் இருவர் மட்டும் உள்ளே போகவும் ஆசைகொண்டு போவதற்குத் தயக்கமும் கொண்டு நின்று கொண்டிருந்தார்கள். சிட்டி நகர ஆரம்பிக்க அவனுடன் ராஜ்கோபாலும் கிளம்பினான். வெளியூர்க்காரர்களுக்கு ராஜ்கோபால்மீது இன்னமும் கவனம் இருந்தது. நிறைய மனிதர்கள் சூழ்ந்திருக்கும்போது யாரும் அதிகம் லட்சியம் செய்ய வேண்டியிராத ஒருவனிடம் அசாதாரணக் கவனம் காட்டுவது ஜயசந்திரிகாவின் இயல்பு என்று அவர்களுக்குத் தெரியாது.

அடுத்த ஃப்ளோருக்கு அடுத்த ஃப்ளோரில்தான் ஜமால் கம்பெனியாரின் புதுப்படம் ஆரம்பம். ராகு காலம் முடிந்து பூஜை முடித்திருந்தார்கள். பெரிய ஜமால், சின்ன ஜமால்

இருவரும் நெற்றியில் குங்குமம் இட்டுக் கொண்டிருந்தார்கள். கண்ணாடி பாராமல் இட்டுக் கொண்டதால் அவை வட்டமாயும் இல்லை; நெற்றியின் மத்தியிலும் இல்லை. ஒரு கிராமத்து வீட்டின் முற்றம், மூன்று பக்கங்களில் தாழ்வாரம் – இதுதான் அங்கு அமைக்கப்பட்டிருந்த அரங்கம். ஃப்ளோர் உள்ளே ஏகக் கூட்டம். யாராரோ சம்பந்தம் உள்ளவர்கள், இல்லாதவர்கள் எல்லாருமாகக் குழுமியிருந்தார்கள். படத்துக்கு ஒரு நக்ஷத்திர நடிகரைத்தான் கதாநாயகனாக ஏற்பாடு செய்யப்பட்டதாகச் சொன்னார்கள். ஆனால் அந்த நடிகர் வரவில்லை. ஒரே ஒரு நடிகைதான் இருந்தாள். அவள் இதற்கு முன்னர் இரண்டே படங்களில் துணைவேஷங்களில் தோன்றி நல்ல அபிப்பிராயம் ஏற்பட வைத்துக்கொண்டவள். அவள்தான் ஜமால் பிக்சர்சாரின் முதல் தயாரிப்பாகிய அந்தப் படத்தின் கதாநாயகி. அவள் இன்னும் நக்ஷத்திர நடிகையாகவில்லை. ஒல்லியாகத்தான் இருந்தாள். முகம் உடல் சருமம் எல்லாம் இன்னும் விசேஷமான, அபரிமிதமான சத்துள்ள உணவு உட்கொள்வதால் ஏற்படும் மினுமினுப்பு இல்லாமல் ஒரு குழந்தைக்குத் தாயான ஒரு நடுத்தர வீட்டுப் பெண்மணியுடையது போலிருந்தது. யார் போய்ப் பேசினாலும் அவள் மரியாதையுடன் பேசினாள். ஒரு பையன் ஒரு கூடையிலிருந்து எல்லாருக்கும் லட்டு கொடுத்துக்கொண்டிருந்தான். லட்டுக்காகத்தான் அங்கே நெரிசல், இடித்துப்பிடித்துத் தள்ளுவதெல்லாம். சிட்டிக்கு லட்டு கிடைத்துவிட்டது. ராஜ்கோபாலுக்குக் கிடைக்கவில்லை. இன்னொரு பையன் ஒரு பெரிய அலுமினியப் பாத்திரத்திலிருந்து காப்பி மொண்டு கொடுத்துக்கொண்டிருந்தான். பெரியவர்களுக்கு எல்லாம் முறையாக, தனித்தனி தம்ளரில் கொடுத்துவிட்டான். மற்றவர்கள் ஐந்தாறு பித்தளைத் தம்ளர்களைக் கொண்டு காப்பி வாங்கிக் குடித்துவிடப் பார்த்தார்கள். தரையெல்லாம் நிறையக் காப்பி சிந்தி, காலால் மிதிபட்டுப் பரவிக்கிடந்தது. அந்த இடம் வேலை செய்யப்படும் இடமாகவே கருதப்பட்டதாகத் தெரியவில்லை.

பெரிய ஜமால், 'மானேஜர்! எங்கேய்யா, மானேஜர்? கூப்பிடு அவனை!' என்று சத்தம் போட்டார்.

எங்கிருந்தோ சம்பத் போய் அவர் முன்னிலையில் நின்றான். ராஜ்கோபாலுக்கு சம்பத் ஏன் தனக்குத் தண்ணீர் கொண்டுவந்து தரவில்லை என்று தெரிந்துபோயிற்று.

'எத்தினி நேரம்யா இந்தக் காப்பி கலாட்டா? எல்லாத்தையும் தூக்கிட்டு வெளியிலே போகச் சொல்லுய்யா!' என்றார் பெரிய ஜமால்.

சம்பத் சுறுசுறுப்பாக அந்த லட்டுக் கூடைக்காரனையும் காப்பிப் பாத்திரக்காரனையும் வெளியே அனுப்ப முற்பட்டான். அப்போதுதான் அவன் ராஜ்கோபாலையும் சிட்டியையும் பார்த்தான்.

'காப்பி சாப்பிடுங்க, சார்,' என்றான் சம்பத்.

'ஜமாய்,' என்றான் சிட்டி.

'சிட்டி, போகலாம்,' என்றான் ராஜ்கோபால்.

சம்பத் கிடைத்த அதிகாரத்தைத் திறமையுடனும் விரைவாகவும் பயன்படுத்தி அவசியமில்லாதார் கும்பலை வெளியகற்றிவிட்டான். அப்படியும் உள்ளே கும்பல் நிறையத்தான் இருந்தது. பகல் உணவுக்காக வேலை நிறுத்துவதற்கு இன்னும் பத்து நிமிஷங்களே இருந்தன. அதற்குள் துளியளவு படப்பிடிப்பாவது நடத்த வேண்டுமென்று பெரிய ஜமால் விரும்பினார். அவரிடம் உத்தியோகம் சம்பாதித்துக்கொள்ள சம்பத்துக்கு யார் சிபார்சும் தேவைப்படவில்லை.

பீதாம்பரம் நல்லவேளையாக எங்கோ போயிருந்தான். சிட்டியும் ராஜ்கோபாலும் எடிடிங் அறைக்குச் சென்ற போது ஒரு ஆள் சிட்டிக்காகக் காத்துக்கொண்டிருந்தான். அவன், சிட்டி அப்போது வேலை செய்துகொண்டிருந்த படக் கம்பெனி ஆள். அவனிடம் ஒரே ஒரு டிபன் காரியர்தான் இருந்தது. பீதாம்பரம் சிட்டி இருவரும் ஒரே மாதிரி சாப்பிடுகிறவர்களாயிருந்தால் அதில் வாங்கி வந்துவிடலாம். பீதாம்பரம், சுத்த சைவம்; சிட்டி ஒரு ஆளுக்காக இன்னொரு டிபன் காரியர் தேடிப் பிடிப்பது தொல்லை பிடித்த காரியம். சிட்டி கூடவந்தால் காரில் மெட்ராஸ் போய்ச் சாப்பிட்டுவிட்டு பீதாம்பரத்துக்கும் சாப்பாடு வாங்கி வந்துவிடலாம். பீதாம்பரம் சாருக்கு இரண்டு மணிக்குமேல் சாப்பாடு கொடுத்தால் போதும்.

'சாரும் கூட இருக்கார்,' என்று சிட்டி ராஜ்கோபாலைக் காட்டினான்.

'வரட்டும், சார். சாருக்கே என்னை நல்லாத் தெரியுமே. நான முதல்லே சந்திரா கிரியேஷன்ஸ்லேதான் வேலைக்கு ட்ரை பண்ணினேன். ஆனா அங்கே அப்பவே ஏகப்பட்ட புரொடக்ஷன் பாய்ஸ் இருந்தாங்க. முனுசாமியெல்லாம் எனக்கு உறவுக்காரர்தான்.'

'வண்டி எங்கேயிருக்கு?'

'வெளியிலேதான் இருக்கு, சார்.'

அந்த ஆள் டிபன் காரியரைத் தூக்கிவர ராஜ்கோபாலும் சிட்டியும் வரவேற்பு அறையைத் தாண்டி வெளியே வந்தார்கள். ராஜ்கோபாலுக்கு மிகவும் பசித்தது. டிரைவர் வண்டியிலேயே உட்கார்ந்து வாயைத் திறந்துகொண்டு தூங்கியபடி இருந்தான். அவனை எழுப்பி டிபன் காரியர் ஆள் முன்னே உட்கார சிட்டியும் ராஜ்கோபாலும் பின்னால் உட்கார்ந்தார்கள். டிரைவர் சிட்டியை, 'ஏன் கதவைப் போட்டு உடைக்கறே? மெள்ளமாத்தான் மூடேன்,' என்றான். ராஜ்கோபால் காதில் ஒன்றும் விழாததுபோல வெளியே பார்த்துக்கொண்டிருந்தான். சிட்டியும் ஒன்றுமே நேராததுபோல, 'சிகரெட்டு வைச்சிருக்கயா?' என்று ராஜ்கோபாலைக் கேட்டான். அவனும் ராஜ்கோபாலும் ஆளுக்கொரு சிகரெட்டு பற்றவைத்துக் கொண்டார்கள். எதிரில் மாட்டு வண்டிகள் வரிசையாக வந்துகொண்டிருக்க, இவர்கள் வண்டி ஒரு அரசாங்க பஸ்ஸின் பின்னால் சிக்கிக்கொண்டு மெதுவாக ஒரு ஊர்வலமாக நகர்ந்து கொண்டிருக்க வேண்டியிருந்தது.

'எங்கே போகலாம், சார்? உங்களை மவுண்ட் ரோடிலே டிராப் பண்ணிட்டு நான் எடிடர் சாப்பாடு வாங்கிண்டு வந்திடட்டுமா?' என்று டிபன் காரியர் கேட்டான்.

சிட்டி, 'மவுண்ட் ரோடா ... சரி,' என்றான். ஒரு கணம் கழித்து, 'ராயப்பேட்டை கௌடியாமட் கிட்டே வீடு மாதிரி இடத்திலேயே ஒரு சாப்பாடு ஹோட்டல் இருக்குமே, அது நடக்கிறதா?' என்று கேட்டான்.

'பழனியாண்டி ஹோட்டல்,' என்று டிரைவர் சொன்னான்.

'ஆமாம், ஆமாம்.'

'உம், நடக்கிறது,' என்றான் டிரைவர்.

'அப்போ அங்கே டிராப் பண்ணிடு. நீ அப்புறம் வுட்லண்ட் ஸிலேந்து வாங்கிவந்து எங்களை பிக்கப் பண்ணிக்கலாம்.'

ராஜ்கோபால் சொன்னான், 'வுட்லண்ட்ஸே போயிடலாமே.'

'அதுதான் என்னிக்கும் இருக்கே. வா, இந்த ஹோட்டலைப் பாரு, வீட்டிலேயே கறி பண்ணின மாதிரியே இருக்கும்.'

'எனக்கு வேண்டாம்பா, நான் வீட்டுக்குப் போயிடறேன்.'

'இதான் ராஜ்கோபால், எனக்குப் பிடிக்கிறதில்லே. இன்னிக்கு நீ வரேன்னுதான் நான் மெட்ராசுக்கு வரேன். இல்லாதபோனா அங்கியே வடபழனி ஹோட்டல் ஒண்ணுலே சாப்பிடுவேன்.

கார் கோடம்பாக்கம் மேம்பாலத்திலிருந்து ஒரு பர்லாங்கு இருக்கும்போது ராஜ்கோபாலுக்கு ஏதோ ஒன்று ஞாபகத்திற்கு வந்தது. 'நிறுத்துங்க, நிறுத்துங்க,' என்றான்.

டிரைவர் காரை சடாரென்று ஓரமாகத் திருப்பி நிறுத்தினான். ராஜ்கோபால் கீழே இறங்கிப் போனான். 'என்ன? என்ன?' என்று சிட்டி கேட்டான்.

'நீ போ, நான் பின்னாலேயே வந்துடறேன்.'

சிட்டிக்கு ஒன்றும் புரியவில்லை.

'நீ போ. நான் பின்னாலேயே வந்துடறேன்,' என்று ராஜ்கோபால் மீண்டும் சொன்னான்.

'என்னப்பாது? எப்படி? பஸ்லே வரியா?'

'சைகிள் ரிப்பேருக்குக் கொடுத்தேன். அதை வாங்கிண்டு ராயப்பேட்டை வந்துடறேன்.'

'ரொம்ப நேரம் ஆகும்பா, சாப்பிட்டுட்டு வந்து வாங்கிக் கோயேன்.'

'இல்லே, நான் ராயப்பேட்டை வந்து நேரே வீட்டுக்குப் போயிடறேன்,' என்று சொல்லி ராஜ்கோபால் இறங்கிவிட்டான். டிரைவர் இஞ்சினைத் துவக்கினான்.

'உனக்கு இடம் சரியாத் தெரியுமில்லே?' என்று சிட்டி கேட்டான்.

'கொலைக்காரம்பேட்டைக் கிட்டேதானே, தெரியும்... ஒரு ஒரு ரூபா இருந்தாக் கொடு.'

'இருக்காது போலிருக்கே?' என்று சிட்டி தன் பைகளைத் துழாவினான். அவனிடம் உதிரியாகச் சில்லறைதான் சிறிது இருந்தது.

'நான் தரேன், சார்,' என்று டிபன் காரியர் ஆள் சொன்னான்.

சிட்டி அப்போது பார்த்த பார்வையில் அவன் மனப்போக்கு எப்படி இருந்திருக்குமென்று தெரியவில்லை.

டிபன் காரியர் ஆள் அவன் டிரௌசர் பையிலிருந்து பணம் வெளியே எடுத்தான். பத்து ரூபாய், ஐந்து ரூபாய்,

ஒரு ரூபாய் நோட்டுகளாகச் சுமார் ஐம்பது ரூபாய் போல் அவன் கைப்பிடியில் வந்தது. நோட்டுகள் தாறுமாறாகக் கசங்கி இருந்தன. ஒரு ரூபாய் நோட்டை ஜாக்கிரதையாகப் பிரித்தெடுத்து அவன் சிட்டியிடம் கொடுத்தான். 'காலையிலேயே உங்ககிட்டே கொடுத்திருக்கவேண்டியது. கன்வேயன்ஸ் பணம்.'

சிட்டி அதை வாங்கி ஒரு கணம் தயங்கிப் பிறகு ராஜ்கோபாலிடம் கொடுத்தான். 'வீட்டுக்குப் போறத்துக்கும் ஒரு ரூபாய் உண்டா இல்லையா?' என்று காரியர் ஆளிடம் சிட்டி கேட்டான்.

'உங்களுக்கு இல்லாமெங்களா?' என்று சொல்லி அவன் இன்னுமொரு ரூபாயை சிட்டியிடம் கொடுத்து, பாக்கிப் பணத்தைத் தன் பைக்குள் திணித்துக்கொண்டான். கார் டிரைவர், 'நம்ம பாட்டா பணத்தையும் இப்பவே கொடுத்துடு ராஜா,' என்றான்.

'வாங்க, உங்களுக்கு பஸ்ட் கிளாஸ் சாப்பாடே வாங்கிக் கொடுத்திடறேன்.'

'உன் பஸ்ட் கிளாஸ் சாப்பாடெல்லாம் வேணாம். கஞ்சியோ கூழோ வீட்டிலே சாப்பிட்டுக்கிறேன்.'

'சில்லறை இல்லேப்பா. ஹோட்டலிலே மாத்தித் தரேன்.' டிரைவர் இஞ்சினை உயர்த்தி சப்தம் வரச் செய்தான்.

'நீங்க போங்க நான் வந்துடறேன்,' என்றான் ராஜ்கோபால். வண்டி கிளம்பிப்போய்விட்டது.

ராஜ்கோபால் எதிர்சாரிக்குச் சென்று ஒரு சைகிள் ரிப்பேர் கடைக்குச் சென்றான். அது அவன் போன கடையில்லை. மறுபடியும் தேடிக்கொண்டு கிளம்பினான். இப்போது அவன் சைகிளை பங்சர் ஒட்டக் கொடுத்த கடை கிடைத்துவிட்டது. அவனுடைய சைகிள் வெகுநேரமாக வெயிலில் நிறுத்திவைக்கப் பட்டுச் சூடேறி இருந்தது. இரு சக்கர டியூபுகளும் வயதானவை. ராஜ்கோபால் தயக்கத்துடன் இரு சக்கரங்களையும் அழுத்திப் பார்த்தான். அந்த நேரத்தில் இரண்டிலும் காற்று இருந்தது.

கடைக்காரன் வந்து ரூபாய் நோட்டை வாங்கிக்கொண்டு பாக்கிச் சில்லறை தர நேரமாயிற்று. ராஜ்கோபாலுக்கு எடுத்த எடுப்பிலேயே மேடேறுவது மிகவும் கஷ்டமாக இருந்தது. மேம்பாலம் மேடு ஏறி இறக்கம் துவங்கின பிறகுதான் அவனுக்கு அந்தக் களைப்பு சரியாகத் தணிக்கப்படாத பசியினால்

என்று உணர முடிந்தது. நுங்கம்பாக்கத்தைக் கடந்து மவுண்ட் ரோட்டை அடைந்தபோது அவன் உணர்வுகள் மந்த நிலையில் அடக்கம் பெற்றிருந்தன. இலக்கற்ற இயக்கத்தில் தாற்காலிகமாகப் பழனியாண்டி ஹோட்டல் என்ற நிழல்தான் தெளிவற்றதாகத் தோன்றி மறைந்துகொண்டிருந்தது.

அந்த நிலை அதிக நேரம் அனுமதிக்கப் படவில்லை. லாயிட்ஸ் ரோட்டை அவன் அடையுமுன் அந்தப் பழக்கப்பட்ட ஒலி வந்தது. ராஜ்கோபால் கீழேயிறங்குமுன் சக்கரத்தை அழுத்திப் பார்த்தான். அதற்கு அவசியமே இல்லாமல் அது தட்டையாக இருந்தது.

இம்முறை அதைச் சரிசெய்ய அவன் முயற்சிக்கவில்லை. சைகிளைத் தள்ளிக்கொண்டே போனான். பழனியாண்டி ஹோட்டலை அடைந்தபோது அங்கு வண்டியும் இல்லை, சிட்டியும் இல்லை. ராஜ்கோபால் பக்கத்திலேயே ஓரிடத்தில் நிழலில் நின்றான். அப்போது கிளம்பினால்கூட கால்நடையில் அவன் வீட்டுக்கு முக்கால் மணி நேரத்தில் போய்ச் சேர்ந்துவிடலாம். ஆறிக் குளிர்ந்து போயிருக்கும் சாதத்தை அம்மா அலுமினியப் பாத்திரத்தில் போட்டு வைத்து வெண்கலப் பானையைத் தேய்த்துக் கவிழ்த்திருப்பாள். அப்பளம் இருந்தாலும் இருக்கும்; இல்லாமலும் போகலாம்; இருந்தால் துணியாகப் போயிருக்கும்; பல்லால் கிழித்துத்தான் தின்னவேண்டும்.

ஆனால் எங்கிருந்தோ சிட்டி வந்துவிட்டான். பீடா மென்று கொண்டிருந்தான். 'நீ வரவே மாட்டேன்னு நினைச்சுட்டேன்,' என்றான்.

'நான் வீட்டுக்குப் போகிறேன்,' என்றான் ராஜ்கோபால்.

'ஏன், சாப்பிடேன்.'

'எப்படி?'

'நான் சாப்பிட்டுட்டா என்ன? வா.'

'எனக்கு இந்த மீன் குழம்பெல்லாம் வேண்டாம். நான் வீட்டுக்கே போறேன்.'

'அப்ப வா, உடுப்பி ஹோட்டல்லே டிபன் ஏதாவது சாப்பிடு... நான் இங்கே வந்தப்போ மாணிக்கராஜ் நின்னுண்டிருந்தான்.

நாங்க இரண்டு பேருமா சாப்பிட்டோம். இதோ அவன் மறுபடியும் வரேன்னிருக்கான். அவன் ரூம் பக்கத்துச் சந்திலேதான் இருக்கு.'

ராஜ்கோபால் சைகிளைத் தள்ளி, கூடவே சிட்டி வந்தான். இருவரும் உடுப்பி ஹோட்டல் அடைவதற்குள் மாணிக்கராஜ் வந்துவிட்டான். ராஜ்கோபாலைப் பார்த்து, 'நீ வந்துட்டியா? நீ இனிமே எங்கே வரப்போறேன்னு பேசிண்டிருந்தோம்,' என்றான்.

'சைகிள்,' என்றான் ராஜ்கோபால்.

'ஆமாம்பா. ரொம்பத் தொல்லை பிடிச்சது. நீ முதல்லே ஒரு செயின் கார்டு போட்டுடு. என் பாண்டெல்லாமும் இப்படித்தான் பாழாப் போயிண்டிருந்தது.'

'நீ மறுபடியும் ஸ்டூடியோ போகலை?' என்று ராஜ்கோபால் சிட்டியைக் கேட்டான்.

'நான் நாளைக்கு வந்துக்கறேன்னு சொல்லியனுப்பிச்சுட்டேன். வா, டிபன் சாப்பிட்டப்புறம் நம்ப மாட்டினி ஏதாவது போவோம். மாணிக்கராஜூம் வரான்.'

உடுப்பி ஹோட்டல் வந்துவிட்டது. 'நீ இங்கேயா சாப்பிடப் போறே?' என்று மாணிக்கராஜ் ராஜ்கோபாலைக் கேட்டான்.

'ஏன்?' என்று ராஜ்கோபால் கேட்டான்.

'இது கர்மாந்திரம் பிடிச்ச ஹோட்டல். நம்மதான் மவுண்ட்ரோடு போறோமே. அங்கேயே சாப்பிட்டு விடலாம்.'

'நான் வரலை. இதையும் தள்ளிண்டு நான் எங்கே வரது?'

சிட்டி மௌனமாக இருந்தான். ஒரு நிமிஷத்திற்குப் பிறகு மாணிக்கராஜ் சொன்னான், 'நீ சைகிளை எங்கிட்டே கொடு.'

'ஏன், என்ன?'

மாணிக்கராஜ் சைகிளை வாங்கிக்கொண்டான். 'ராஜ் கோபாலுக்கு டிபன் வாங்கிக் கொடுத்துவிட்டு என் ரூமுக்கு இட்டுண்டு வா,' என்றான். சிட்டி, 'மருந்து இருக்கா?' என்றான்.

'ஒரு பொட்டலம் நாராயணன் தரேன்னு சொன்னான். நான் இதோ சைகிள்ளே போய் வாங்கிண்டு வந்துடறேன்.'

'சைகிள் பங்க்சர்ப்பா,' என்றான் ராஜ்கோபால்.

'பக்கத்துக் கடையிலே காத்து அடிச்சுண்டா போறது. ஒரு கால்மணி கூடவா நிக்காது? இதோ ஓடிப்போய் வாங்கிண்டு வந்துடறேன்.'

கிளம்பிய மாணிக்கராஜ் ஒரு நிமிஷம் நின்று கேட்டான், 'உங்ககிட்டே சிகரெட் ஏதாவது இருக்கா?'

சிட்டி, ராஜ்கோபாலிடம், 'உன்னிடம் இருக்கு, இல்லை?' என்று கேட்டான்.

'ஒண்ணு இரண்டுதான் இருக்கும்,' என்றான் ராஜ்கோபால்.

'அப்போ ஒரு பாக்கட் சார்மினாரா வாங்கிடு,' என்று சிட்டி சொன்னான்.

'இல்லை, பீடிதான் சரி,' என்று மாணிக்கராஜ் சொன்னான்.

'சரி, அதுவும் வாங்கிண்டு சீக்கிரம் வா.'

ராஜ்கோபால் கத்தினான், 'மாணிக்கராஜ், காத்து கொஞ்சம் கம்மியாவே அடிச்சுக்கோ, இரண்டு டியூபும் ரொம்ப வீக்.'

மாணிக்கராஜ் சைகிளை வேகமாகத் தள்ளிக்கொண்டு போனான். அவன் கர்மாந்திரம் என்று சொன்ன ஹோட்டலில்தான் ராஜ்கோபாலும் சிட்டியும் நுழைய வேண்டி இருந்தது.

அதிக வசதியற்றவர் நடத்தும் ஹோட்டல் அது. பஜ்ஜி மிகவும் ஆறிப்போயிருந்தது. தோசைக்குச் சொன்ன பிறகு ராஜ்கோபால் கேட்டான், 'மாணிக்கராஜ் இப்போ என்ன பண்ணறான்?'

'அதே ஸ்டாக் ஷாட் பிசினஸ்தான்,' என்று சிட்டி பதில் சொன்னான். சென்னைக்கு வரும் வெளிநாட்டுப் படங்களில் உள்ள அபாரமான பல பகுதிகளை எப்படியோ மாணிக்கராஜ் சம்பாதித்துவிடுவான். 'குரூஸேட்ஸ்' என்கிற படத்தில் வந்த குதிரைப் படைக் காட்சிகள் மாணிக்கராஜ் உதவியால் பல தமிழ், தெலுங்குப் படங்களில் வந்துவிட்டன.

ராஜ்கோபால், சிட்டி இருவரும் மாணிக்கராஜ் அறைக்குப் போனார்கள். மாணிக்கராஜ் அறை அந்தப் பழைய கட்டிடத்தில் முதல் மாடிக்கும் மொட்டை மாடிக்கும் உள்ள மாடிப்படித் திருப்பத்தில் இருந்தது. மாணிக்கராஜ் இன்னும் வரவில்லை. ராஜ்கோபால் கீழே எட்டிப் பார்த்தான். நான்கைந்து வீடுகளின் அந்தரங்கங்களை எல்லாம் அந்த இடத்திலிருந்து பார்த்துவிட முடியும்.

மாணிக்கராஜ் வந்தான். சைகிளைப் பலமாக மிதித்திருக்க வேண்டும். 'பூட்டி வைச்சிருக்கயா?' என்று ராஜ்கோபால்

கேட்டான். வியர்வையைத் துடைத்துக் கொண்டு சைகிள் சாவியை ராஜ்கோபாலிடம் கொடுத்து விட்டு மாணிக்கராஜ் தன் அறைக் கதவைத் திறந்தான். அந்த அறையில் இருந்த சாமான்களின் நிலையிலிருந்து முற்றிலும் மாறுபட்டதாக டிரான்சிஸ்டர் ரேடியோ ஒன்றுமட்டும் பளபளவென்று இருந்தது. சுவரில் இருந்த அலமாரியில் பத்துப் பதினைந்து வட்டமான தகரப் பெட்டிகள் இருந்தன. சினிமா பிலிம் சுருள்களை வைக்கும் பெட்டிகள் அவை.

அறைக் கதவைத் தாளிட்டுவிட்டு ஜன்னல் வழியாகவும் நன்றாக எட்டிப் பார்த்துவிட்டு மாணிக்கராஜ் தன் பையி லிருந்து ஒரு பீடிக்கட்டும் ஒரு சிறு காகிதப் பொட்டலமும் எடுத்தான். ராஜ்கோபால் சுருட்டிவைத்திருந்த படுக்கைமீது உட்கார்ந்துகொண்டான். சிட்டி ஒரு பழைய தினசரிப் பத்திரிகையை நன்றாக உதறி ஜன்னல் விளிம்பில் போட்டுக் கொண்டு உட்கார்ந்தான். மாணிக்கராஜ் காகிதப் பொட்டலத்தைச் சிட்டியிடம் கொடுத்தான். அதை சிட்டி வெகு ஜாக்கிரதையாகப் பிரித்தான். மூன்று நான்கு சிட்டிகையளவு அரப்புப்பொடி போன்றதொன்று அதில் இருந்தது. 'மூணாப் பண்ணு,' என்று மாணிக்கராஜ் சொன்னான்.

அச்சிறு பொட்டலத்தை ஜன்னல் விளிம்பிலே ஜாக்கிரதை யாகப் பரப்பிப் பொடியை மூன்று பாகங்களாகச் செய்தான் சிட்டி. மாணிக்கராஜ் இதற்குள் மூன்று பீடிகளை மேல் பக்கம் திறந்து புகையிலையைப் பாதிக்கும் மேல் காலிசெய்து வைத்திருந்தான். சிட்டி பாகம் பிரித்து வைத்த பொடியைப் பத்திரமாக ஒவ்வொரு பீடியிலும் திணித்து மூடினான். மாணிக்கராஜும் சிட்டியும் ஒரு தீக்குச்சியில் தங்கள் பீடிகளைப் பற்றவைத்துக்கொண்டார்கள். சிட்டி நெருப்புப் பெட்டியை ராஜ்கோபாலிடம் எறிந்தான். ராஜ்கோபால் தன் பீடியையும் பற்றவைத்துக்கொண்டு புகையை உள்ளுக்கிழுத்தான்.

ராஜ்கோபால் படுக்கைச் சுருளைச் சுவரோரமாகத் தள்ளிக்கொண்டு சுவரில் சாய்ந்துகொண்டான். சிட்டியும் மாணிக்கராஜும் கண்களைத் திறந்துகொண்டு புகை பிடித்தார்கள். ராஜ்கோபால் கண்களை மூடிக்கொண்டான். மூடிய கண்களுக்கெதிரில் ஒரு கறுப்புப் புள்ளி தோன்றியது. அது ராஜ்கோபாலிடமிருந்து விலகிப்போக அதுவே ஒரு வளையமாகப் பெரிதாகிக்கொண்டிருந்தது. அது பெரிதாகப் பெரிதாக வட்டத்தினுள் வட்டமாக ஏராளமான புள்ளிகள் தோன்றி வளையங்களாக மாறி விரிந்து மறைந்துபோய்க்கொண்டிருந்தன.

ராஜ்கோபால் தானே சிறிதுசிறிதாக விரிந்து வருவதாக உணர்ந்தான். ஒவ்வொரு நிமிஷமும் இலேசாகிக் கொண்டிருந்தான். பீடி மேற்கொண்டு எரிவதற்கு ஒன்றுமில்லாமல் அணைந்துபோய் விட்டது. ராஜ்கோபால் விம்மினான். சிட்டி திடுக்கிட்டுப் போய் அவனைத் தொட்டுக் குலுக்கினான். 'ராஜ்கோபால்!'

ராஜ்கோபால் கண்களைத் திறந்து சிட்டியைப் பார்த்தான். சிட்டியுடைய வெள்ளை வெளேரென்ற சட்டை அவன் கண்களைக் கூச வைத்தது.

'போடா!' என்று ராஜ்கோபால் சிட்டியைப் பிடித்துத் தள்ளினான்.

மாணிக்கராஜூம் கலக்கமடைந்து ராஜ்கோபால் அருகே வந்தான். சிட்டி ஒன்றும் புரியாமல், 'என்ன ராஜ்கோபால்? என்ன ஆச்சு?' என்று கேட்டான்.

'போடா பேமானி! என்னை எத்தனை வருஷமாத் தெரியும்? ஒரு பிச்சைக்காசு கடன் தர நாலு நாழி யோசிக்கிறே! என்னைச் சாப்பிட வரச் சொல்லிட்டு நீ தின்னுட்டு வந்து நிக்கிறே! எனக்கு சிபார்சாடா பண்ணறே சிபார்சு, புளுகுணிப் பயலே! என்னை வைச்சுண்டே நீ சிபார்சு பண்ணினா எந்த முட்டாள்டா காது கொடுத்துக் கேப்பான்!'

மாணிக்கராஜ் பாய்ந்து வந்து ராஜ்கோபாலை இறுகக் கட்டிக்கொண்டான். ராஜ்கோபால் அவனையும் உதறித் தள்ளினான்.

'நீ என்னடா யோக்கியன்? திருட்டுப்பயலே, ஒவ்வொரு சினிமாக் கொட்டா ஆபரேட்டரோடு சேர்ந்து திருடித் திருடித்தானேடா உன் பொழைப்பு! கையை விடுடா, தொங்கா! தொங்கா! தொங்க முண்டா கொடுகா! தொங்கா, தொங்கா! தொங்க முண்டா கொடுகா!'

சிட்டி, மாணிக்கராஜ் இருவருக்கும் எல்லா மயக்கமும் தெளிந்துவிட்டது. எகிறி எகிறிக் குதிக்க ஆரம்பித்த ராஜ்கோபாலை இருவரும் அழுத்திப் பிடித்து உட்கார வைத்தார்கள். பற்களை ராஜ்கோபால் நறநறவென்று கடித்துக்கொண்டிருந்தான். சட்டென்று அவன் உடம்பு தளர்ந்தது. முழங்கால்களுக்கிடையில் தலையைப் புதைத்துக்கொண்டு விம்மிவிம்மி அழ ஆரம்பித்தான்.

'ராஜ்கோபால், ராஜ்கோபால்,' என்று சிட்டி அவனைத் தட்டிக் குலுக்கினான். மாணிக்கராஜ் ஜன்னலைத் திறந்து பயத்துடன் எல்லாப் புறமும் பார்த்தான். ராஜ்கோபாலின்

அழுகை தணியவில்லை. 'நான் எங்கேயாவது போய் விழுந்து சாகிறேன்டா, என்னை விடுடா,' என்று கதறினான்.

'கோவிச்சுக்காதே, ராஜ்கோபால்.'

'எனக்கு எவனும் வேலை தரப்போறதில்லை. எனக்கு எவனும் பெண் தரப்போறதில்லை. என் அண்ணன் என் துணியைக் குச்சியாலே ஒதுக்கித் தள்ளுவான். என் அண்ணி மூணு வேளையும் பழைய சோறே எனக்குப் போடுவா. எனக்கு எவனும் வேலை தரப்போறதில்லை. எனக்கு எவனும் வேலை தரப்போறதில்லை!' ராஜ்கோபால் தொடர்ந்து அழுதுகொண்டே இருந்தான்.

மாணிக்கராஜ், சிட்டி முகத்தைப் பார்க்க, சிட்டி மாணிக்க ராஜ் முகத்தைப் பார்த்தான். மாணிக்கராஜ் மெதுவாக அறைக் கதவைத் திறந்து வெளியே பார்த்தான். உலகத்தில் எல்லாரும் அவரவர்கள் வேலையைக் கவனித்தபடி இருந்தார்கள்.

மாணிக்கராஜ், சிட்டி காதருகில், 'நான் போய் ஒரு டாக்சி கொண்டுவந்துடறேன். அதுவரை சமாளிச்சுக்க முடியுமா?' என்று கேட்டான்.

சிட்டி, 'சரி,' என்றான். மாணிக்கராஜ் அறை வெளியே போய்க் கதவைச் சாத்திவிட்டுக் கீழே இறங்கினான். இரண்டே நிமிஷங்களில் திரும்பி வந்துவிட்டான். ராஜ்கோபால் வெளிப் பார்வைக்கு அடங்கினவனாக இருந்தான். 'வா, ராஜ்கோபால், உன்னை வீட்டிலே கொண்டு போய் விட்டுடறோம். உன்னாலே நடக்க முடியுமா?'

முடியவில்லை. சிட்டியும் மாணிக்கராஜூம் அவனை இருபுறமும் பிடித்துக்கொள்ளவேண்டியிருந்தது. 'இப்போ டாக்சியிலே போயிடலாம். சாயங்காலமா நான் உன் சைகிளைக் கொண்டுவந்திடறேன்,' என்று சிட்டி சொன்னான். சைகிள் என்றதும் ராஜ்கோபாலுக்கு வெறி மீண்டும் வந்தது. 'அதைக் கொண்டுபோய்ச் சாக்கடையில் போடு,' என்றான். தெருவுக்கு வந்தவுடன் ராஜ்கோபால் கைகளை உயர்த்தினான். மூச்சுப் பிதுங்கும் குமட்டல் ஒன்றின் காரணமாக வாந்தி எடுத்தான். கணக்கற்ற முறை காய்ந்து ஆறிப்போன கடலை எண்ணெய் பஜ்ஜியும் தோசையும் பீறிக்கொண்டு வந்து சிந்தின. அதை நக்க ஒரு சொறி நாய் வந்தது.

டாக்சிக்காரன் சந்தேகத்துடன் அவர்களைப் பார்த்தான். 'ஹோட்டல்லே ஏதோ சாப்பிட்டுட்டாரு. அதுதான் அவருக்குச்

சரியில்லை,' என்று மாணிக்கராஜ் சொன்னான். சிட்டி டாக்சியின் கதவைத் திறக்க மூவரும் பின்னாலேயே உட்கார்ந்துகொண்டார்கள்.

வண்டி வீட்டை நெருங்கும்போது ராஜ்கோபால் தன்னையறியாமல் தன் கைகளால் முகத்தை அழுத்தித் துடைத்துக்கொண்டு தலைமயிரையும் கோதிக்கொண்டான். அவன் உடை ஏகமாகக் கசங்கி அழுக்கும் அடைந்திருந்தது. பக்கத்தில் உட்கார்ந்திருந்த சிட்டியின் உடையும் கசங்கி அழுக்கடைந்திருந்தது. அவன் சட்டையில் தன்னுடைய கண்ணீர்க் கறை இன்னும் உலராமல் இருப்பதையும் ராஜ்கோபால் பார்க்கமுடிந்தது. வண்டி நின்றது. சிட்டி முன்னால் இறங்க அவனைத் தொடர்ந்து ராஜ்கோபால் இறங்கினான். 'நாங்க உள்ளே வரணுமா?' என்று மாணிக்கராஜ் கேட்டான்.

'வேண்டாம் வேண்டாம்,' என்று ஈனஸ்வரத்தில் ராஜ்கோபால் சொன்னான். சிட்டி, 'சைகிளை நான் கொண்டு வந்து சேர்த்திடறேன்,' என்று சொல்லிவிட்டு வண்டியில் ஏறிக் கொள்ள வண்டி கிளம்பிற்று.

வீட்டுக்கதவு திறந்திருந்தது. ராஜ்கோபால் உள்ளே நுழையச் சமையலறையிலிருந்து அம்மா வெளியே வந்தாள். அவன் ஊரெல்லாம் சுற்றி அடைந்திருந்த களைப்பைக் காட்டிலும் அந்த அறையிலே அடைந்து கிடந்து உழைக்கும் அவள் களைப்பு அதிகமாகத் தோன்றிற்று. ஆனால் அவள் நிலை சிதறிப்போகாமல் திண்மையோடு நின்றிருந்தாள்.

ராஜ்கோபால் ஒரு கணம் அவளைப் பார்த்தபடியே நின்றான். அடுத்த கணம், 'நான் சீரழிஞ்சு போயிட்டேம்மா! நான் சீரழிஞ்சு போயிட்டேம்மா!' என்று அவளைக் கட்டிக்கொண்டு அழுதான். அவள் மனத்தில் 'எங்கோ முட்டிண்டு என்ன பிரயோசனம்?' என்று ஒரு சிறு குரலாவது ஒலித்திருக்க வேண்டும். ஆனால் அவள் ஒன்றும் சொல்லாமல் அவன் முதுகைத் தடவிக்கொடுத்தாள்.

அந்த நேரத்தில் தன் அண்ணன் வீட்டிலில்லை என்ற உணர்வுதான் ராஜ்கோபாலுக்கு ஒரு ஆறுதலாக இருந்தது.

ஏழு

கூர்க்காவிடம் சொல்லிவிட்டு நடேச மேஸ்திரி வரவேற்பாளன் மேஜைக்குப் போனான். வெளியே சாலையிலிருந்து வினாயகா ஸ்டூடியோவுக்கு வருவதற்கும் உள்ளிருந்து வெளியே போவதற்குமாக இருந்த இரு கேட்டுகளையும் உட்புறத்தில் இணைத்த அரைவட்டப்பாதை மத்தியில் வரவேற்பாளன் அறை இருந்தது. நடந்து செல்பவர்கள் அந்த அறை வழியாகத்தான் போகவேண்டும். அதற்குப் பக்கத்தில் குறுக்கே சங்கிலி மாட்டிய அகலப்பாதை ஒன்று இருந்தது. அது வண்டிகள் உள்ளே போவதற்கு ஏற்பட்டது. அதுதான் கூர்க்காவின் இடம்.

நடேச மேஸ்திரியை வரவேற்பாளன் மேஜையில் உட்கார்ந்திருந்தவன் லட்சியமே செய்யவில்லை. அவனிடம் ஒரு பேச்சும் பேசாமல் நடேச மேஸ்திரி டெலிபோனை எடுத்து ஒரு எண்ணுக்காகச் சுற்ற ஆரம்பித்தான். வரவேற்பாளன், ‘சுத்த மடையனா இருக்கியேப்பா! உள்ளே ஆபரேட்டர் இருக்கிறது தெரியலை?’ என்று சொன்னான்.

ஒரு கணம் சுருங்கிப்போய் நடேச மேஸ்திரி, டெலிபோனில், ஆபரேட்டரிடம் தனக்கு வேண்டியிருந்த எண்ணைச் சொன்னான். அது உடனே கிடைக்கக் கூடியதாக இல்லை. ஆபரேட்டர் நடேச மேஸ்திரியைச் சிறிது காத்திருக்கச் சொன்னான். வரவேற்பாளன் ஏகப்பட்ட கணக்குகள் போட்டுக் கொண்டிருந்தான். நடேச மேஸ்திரி, ‘இன்னிக்கு சிமிட்டி வண்டி வருது,’ என்றான்.

‘வாச்சுமென்கிட்டே சொல்லி வைச்சிருக்கியாய்யா?’ என்று வரவேற்பாளன் கேட்டான்.

‘முதல்லே அவன்கிட்டேதான் சொன்னேன்.’

‘ஷூட்டிங்கு, ஆரம்பமானப்புறம் வண்டி வந்துது, உள்ளேவிடமாட்டேன். ஆமாம் சொல்லிட்டேன்.

‘என்னமோ எனக்கு தயவு பண்ணறமாதிரி பேசறியே? சிமிட்டியும் முதலாளிக்குத்தான் வருது.’

‘எங்கிட்டே உன் பஞ்சாயத்து போர்டு பேச்செல்லாம் வச்சிக்காதே. ஷூட்டிங் ஆரம்பமான உடனேயே வண்டிங்கள்ளாம் உள்ளே விடக்கூடாது. நான் விடமாட்டேன்.’ நடேச மேஸ்திரி ஆலந்தூர் பஞ்சாயத்து போர்டு அங்கத்தினன்.

அப்போது டெலிபோன் மணி அடித்தது. வரவேற்பாளன் எடுத்துக் காதில் வைத்துக்கொண்ட அடுத்த கணமே நடேச மேஸ்திரியிடம் அதை வீசி, ‘நம்பர் கேட்டா ஏய்யா நீ எடுக்காதபடி மத்தவங்களைத் தொந்தரவு செய்யறே?’ என்றான்.

நடேச மேஸ்திரி டெலிபோனை வாங்கிக்கொண்டான். அவன் முகம் பிரகாசமாயிற்று. ‘ஜனார்த்தன் கம்பெனிதானுங்களே? நான்தான் நடேசன் பேசறேன், வினாயகா ஸ்டுடியோவிலிருந்து... சிமிட்டி அன்லோட் பண்ண ஆரம்பிச்சாச்சுங்களா?... ஆ(ம்), ஆ(ம்), இங்கே ராத்திரி பத்து மணி வரேலும் ஆள் இருப்பாங்க... இன்னிக்கு ஒரு நாள்லியே மூவாயிரம் மூட்டையையும் கொண்டு வந்திடுவாங்களா?... டிரெய்லர் டிரக்தானே, டிரிப்புக்கு ஐநூறு மூட்டை தாராளமாகக் கொண்டுவந்து தள்ளிடமாட்டான்?... அப்புறம் இப்பவே ஆர்டர் சொல்லிடறேன், குறிச்சு வைச்சுக்குங்க; எட்டடி சிமிட்டி ஓடு நானூறு நம்பர் வேணும்... ஆமாம், டிராபோர்டு ஷீட்டுங்கதான். வர மாசம் பதினைஞ்சு தேதிக்கு டெலிவரி கொடுங்க, போதும். ஒரே வாரத்திலே முழு பில் பணத்தை வாங்கித்தரேன்... சொல்ல மறந்துட்டேன், இப்போ ஆலந்தூரிலே நம்ம வீட்டிலே, கடையிலே இரண்டிலேயும் ஃபோன் வந்தாச்சு. நடேசன், எம்–லே போடுவாங்கலாம். டைரக்டரி வர்ரத்துக்குதான் இன்னும் நாலு மாசம் இருக்கே... நம்பர் சொல்றேன், குறிச்சுக்குங்க. 80196... இன்னிக்குப் பொழுது சாய வரீங்களா?... ஆ(ம்), ஆ(ம்), நேரிலே பேசுவோம். இதெல்லாம் நேரிலே பேசிக்கிறதுதான் சரி...’

நடேச மேஸ்திரி டெலிபோனை வைத்துவிட்டுத் தன் கைப் பையிலிருந்து ஒரு டயரியை எடுத்தான். பெரிய டயரி, மூன்று நான்கு ரூபாய்கூடப் பெறுமானம் உள்ளதாக இருக்கும்.

'ஜனார்த்தன் கம்பெனியாரின் அன்பளிப்பு' என்று தங்க எழுத்தில் பொறிக்கப்பட்டிருந்தது. நடேச மேஸ்திரி ஒன்றுமே நிகழாததுபோல், 'இந்தா,' என்று டயரியை வரவேற்பாளன் பக்கம் தள்ளினான். சலனமே இல்லாமல் வரவேற்பாளனும் அதை எடுத்துத் தன் மேஜை அறையுள் வைத்துக்கொண்டான். 'இதோ அரை அவரிலே முதல் டிரிப் டிரக்கிலே கொண்டுவந்திடுவான். நான் இல்லேன்னாக்கூட ஸ்டோர் பக்கம் அனுப்பிச்சுடு. தனபால்கிட்டே சொல்லியிருக்கேன். அவன் மூட்டையை எண்ணி வாங்கி வைச்சுப்பான்,' என்று நடேச மேஸ்திரி வரவேற்பாளனிடம் சொன்னான். வழக்கமாகச் செய்யப்படுவதுபற்றிப் பேசாமல் இருப்பது போல் அந்த விஷயத்தைப்பற்றி மேற்கொண்டு கேட்காமல், 'அப்போ நிஜமாகவே இன்னொரு ஸ்டேஜ் கட்டிடப் போறாரு முதலாளி,' என்று வரவேற்பாளன் சொன்னான்.

'புதுசா ஒரு ஸ்டேஜ், ஒரு தியேட்டர், இரண்டும் வரது. இந்த மூவாயிரம் மூட்டை சிமிட்டி ஸ்பெஷலா கவர்ன்மெண்ட் அலாட்மெண்ட் கேட்டு வாங்கினது. இப்பல்லாம் வெளியிலே மூட்டை பதிமூணு ரூபாய், பதினைஞ்சு ரூபாய் போறது.'

வரவேற்பாளன் திடீரென்று எழுந்து விரைத்து நின்றான். நடேச மேஸ்திரி திரும்பிப் பார்த்தான். வினாயகா ஸ்டூடியோ முதலாளி ராம ஐயங்கார் வரவேற்பு அறைப் பக்கம் வந்துகொண்டிருந்தார். அவருடன் கட்டிட இஞ்சினீயர், மின்சார இஞ்சினீயர் இருவரும் இருந்தார்கள். இருவரும் அந்த ஸ்டூடியோவுக்கு இருபது வருஷம் பழகியவர்கள். நடேச மேஸ்திரி மெதுவாக அசைந்துகொண்டு அவர்களோடு சேர்ந்துகொண்டான். முதலாளியின் பக்கத்தில் அவன் எந்தவித உபாதையுமில்லாமல் நிற்கமுடிந்தபோது தூரத்தில் நின்றுகொண்டிருந்த வரவேற்பாளன் மட்டும் அவதிப்பட்டுக்கொண்டு இருந்த மாதிரிதான் தெரிந்தது.

ஏற்கெனவே ஒரு வருடம் முன்னாலேயே பேசித் தீர்மானித்து, பிளான் அனுப்பித்து, கார்ப்பரேஷன் அனுமதி, வெடிப்பொருள் அதிகாரி அனுமதி, தீயணைக்கும் பிரிவு அதிகாரி அனுமதி எல்லாம் வாங்கியான விஷயம்தான். ஒரு இறுதிக் கண்ணோட்டம். வேலை தொடங்கிய பிறகு அன்றாடத் தேவைகளுக்கு நடேச மேஸ்திரி இருக்கிறான் பார்த்துக்கொள்ள. ராமஐயங்கார் இரு இஞ்சினீயர்களிடம் மட்டும் சொல்லிக்கொண்டு அவர் அறைப்பக்கம் சென்றுவிட்டார். அவர் போன பிறகு மின்சார இஞ்சினீயரும் கட்டிட இஞ்சினீயரும் தங்களுக்குள் ஆங்கிலத்தில் பேசிக்கொண்டார்கள். இரண்டு நிமிஷங்களில் அந்தப் பேச்சு முடிந்துவிட்டது. நடேச மேஸ்திரி அவர்கள் முகத்தைப்

பார்த்தபடியே நின்றுகொண்டிருந்தான். கட்டிட இஞ்சினீயர், 'சிமெண்டை எங்கே ஸ்டோர் பண்ணிவைக்கப்போறே, மேஸ்திரி?' என்று கேட்டார்.

'நம்ம ஸ்டோர்லதாங்க,' என்றான் நடேச மேஸ்திரி.

'வேறே இடம் ஒண்ணும் இல்லை?'

'வேணும்னாத்தான் ஏற்பாடு பண்ணணும்.'

'இரண்டு மாசம் மூணு மாசம் ஸ்டோரேஜுக்கு அந்த ஸ்டோர் ஷெட் ரிஸ்க். அப்புறம் ஆயிரம் மூட்டை சிமெண்டை வைச்சு உங்க ஐயங்கார் சுவாமி எங்கேயாவது பாலம் கட்டத்தான் வேணும்.'

'போன வெள்ளிக்கிழமை மத்தியானம் இந்தப் பாலங் கட்டற சுவாமி எங்கே இருந்தார் தெரியுமா?' என்று மின்சார இஞ்சினீயர் கேட்டார்.

'இதெல்லாம் தெரிஞ்சிக்கிற வயசு தாண்டியாச்சப்பா நான்,' என்று கட்டிட இஞ்சினியர் சொன்னார்.

'சுவாமி இன்கம்டாக்ஸ் கமிஷனர் ஆபீஸிலே விசிட்டர்ஸ் ரூம்லே உட்கார்ந்திண்டு இருந்தார்.'

'இதுவா சொல்ல வந்தே?'

'சுவாமி அன்னிக்கு பிளாக்மனி சர்ரண்டர் பண்ணினார். ஒன் லாக். சரியா மூணு மணி நேரம் காத்தப்புறம்தான் திரும்ப முடிஞ்சிருக்கு.'

கட்டிட இஞ்சினீயருக்குப் பெரிய உற்சாகம் ஒன்றும் ஏற்படவில்லை. மின்சார இஞ்சினீயர் நடேச மேஸ்திரியைப் பார்த்து, 'ஏய்யா, ஒங்க முதலாளி ஒரு லட்சம்தானா கறுப்புப்பணம் வைச்சிருப்பாரு?' என்று கேட்டார்.

நடேச மேஸ்திரி முகம் கல் பொம்மைபோல் இருந்தது. இஞ்சினீயர்கள் ஒருவருக்கொருவர் 'வருகிறேன்' என்று சொல்லிக் கொண்டு கிளம்பிப் போய்விட்டார்கள். மேஸ்திரி தனியாக நின்றான். பிறகு மீண்டும் வரவேற்பாளன் அறைக்கே சென்றான். அங்கேதான் அவன் அதிகத் தொந்தரவில்லாமல் டெலிபோன் பேச வசதியாக இருந்தது. வசதி செய்துகொள்ள முடிந்தது.

ஸ்டூடியோ டிரைவர் ஒருவன் வரவேற்பாளனை ஏதோ சொல்லிக்கொண்டிருந்தான். 'வேலை வாங்கிக்கத் தெரியலை, வெந்து போறவரைக்கும்? சாப்பாட்டுக்குப் போகச் சொல்றாப்லே

சாப்பாட்டுக்கு? சாப்பாட்டுக்குன்னா டைம் பாத்து அனுப்பணும். இப்ப மணி என்ன? மணி என்ன?'

'இப்போ மணி பன்னெண்டு அஞ்சாகிறது, உன்னைப் பன்னெண்டு மணிக்கே சாப்பாட்டுக்குப் போகச்சொல்லியாச்சு. நீ தூங்கிண்டிருந்தே, அவ்வளவுதான்.'

'யாரு, தூங்கிறதைப் பாத்தேயா நீ...?' டிரைவர் மொழி நடையில் அடுத்த கீழ்ப்படிக்கு இறங்கிப் பேச ஆரம்பித்தான். வரவேற்பாளன் அசையாமல் இருந்தான். 'இதோ பாரு, நம்பியார். ஷூட்டிங் இருக்கிற நாள்ளிலே தான் சாப்பாட்டுப்பணம் வாங்கித்தர முடியும். இன்னிக்குக் காலையிலே ஷூட்டிங் கிடையாது. நீ வீட்டுக்குப் போய் சாப்பிட்டு வந்தா வா, இல்லைன்னா இரு. சரியா ஒரு மணிக்கு டிரிப்பு எடுக்கணும். இனிமே இன்னிக்கு உனக்கும் எனக்கும் பேச்சு கிடையாது.'

நடேச மேஸ்திரிக்கு அவன் டெலிபோன் செய்யவேண்டிய எண்ணுக்கு மீண்டும் காத்திருக்க வேண்டியிருந்தது. டிரைவர் இப்போது நடேச மேஸ்திரியைப் பார்த்து வரவேற்பாளனை வைதுகொண்டிருந்தான். நடேச மேஸ்திரி அசையாமல் இருந்தான். டிரைவர் ஐந்து நிமிஷங்களுக்குப் பிறகு நடேச மேஸ்திரியைப் பார்த்து, 'நீயும் கொத்துக் கரண்டி பிடிக்கிற தினக்கூலிதானே. வீட்டுக்காரன்கிட்டேயும் காசை வாங்கிப்பே, கடைக்காரன்கிட்டேயும் கமிஷன் வாங்கிப்பே,' என்று சொல்லிவிட்டுப் போனான்.

முன்னால் உயரமாகப் பொருத்திவைக்கப்பட்ட குழாய் வழியாகப் புகைவண்டி போலப் புகை விட்டுக்கொண்டு ஆள் உயரம் உள்ள பெரிய சக்கரங்கள் கொண்ட ஒரு சிவப்பு டிரக் வந்தது. அத்துடன் மிக நீளமான திறந்த வண்டி. வரிசை வரிசையாக அடுக்கிவைக்கப்பட்ட சிமெண்ட் மூட்டைகளுடன் இணைக்கப்பட்டிருந்தது. கருக்காகத் தைத்து, இஸ்திரி போடப் பட்ட காக்கி யூனிபாரம் அணிந்த டிரக் டிரைவர் சங்கிலி கேட்டருகில் ஒருமுறை ஹார்ன் அடித்தான். 'விடு, விடு,' என்று கையை அகல ஆட்டிக்கொண்டு நடேச மேஸ்திரி அந்த கேட்டருகே அவனால் இயன்றவரை வேகமாகச் சென்றான். கூர்க்கா சங்கிலியை அவிழ்த்துவிட்டான். கருக்கான யூனிபார்ம் அணிந்த டிரைவர் அவன் வண்டியை நடுப்பாதையை அடைக்கிற மாதிரி நிறுத்திவிட்டு நடேச மேஸ்திரி பக்கம் தலையை நீட்டி, 'எங்கே மேன்?' என்று கேட்டான். அப்போது உள்ளேயிருந்து வேகமாக வந்த ராம ஐயங்காரின் கார் மேற்கொண்டு செல்ல முடியாமல் சடாரென்று நின்றது. ராம ஐயங்காரே வண்டியை

ஓட்டிக்கொண்டு வந்திருந்தார். அவர் நடேச மேஸ்திரியின் மீது முழுப்பார்வை செலுத்தினார்.

நடேச மேஸ்திரி டிரக்குக்காரனிடம் கையைக் காட்டி, 'பின்னாலே போங்க. பக்கத்திலே போங்க,' என்று சொன்னான். அவன் ராம ஐயங்கார் காரைக் காட்டி, 'அதைக் கொஞ்சம் பாக் பண்ணச் சொல்லு,' என்றான். அவன் சட்டைக்காரன்தான் என்பது நடேச மேஸ்திரிக்கு ஊர்ஜிதமாயிற்று.

உண்மையிலேயே சிமெண்ட் வண்டி இரு தனித் தனி வண்டிகள் ஒன்று இணைக்கப்பட்டதாயிருந்தபடியால், அவ்வளவு சுலபமாகப் பின்னால் செலுத்தக் கூடியதாக இல்லை. ராம ஐயங்கார் இருபதடி தன் வண்டியைப் பின்னுக்குக் கொண்டுபோனார். நடேச மேஸ்திரியின் உடல் கூனலடைந்திருந்தது. சிமெண்ட் மூட்டைகள் மீது உட்கார்ந்திருந்த நான்கு தடி ஆட்கள் அப்படியே உட்கார்ந்து வேடிக்கை பார்த்தவண்ணம் இருந்தார்கள். டிரக் சட்டைக்காரன் அவசியம் இல்லாமல் இருந்தபோதிலும் ஒரு தடவை ஹார்னை அடித்துவிட்டு அவன் வண்டியை முடுக்கிக் கிளப்பினான். அது மலைப்பாம்பு மாதிரி ஒருமுறை வளைந்துகொண்டு ஓரம் சென்றது. ராம ஐயங்கார் தன் வண்டியை வெளியே ஓட்டிச் சென்றார். கூர்க்கா அவருக்கு சல்யூட் அடித்தான். வரவேற்பாளன் அவன் இடத்திலேயே நின்றுகொண்டிருந்தான்.

நடேச மேஸ்திரி முன்னே நடந்துபோக, சிமெண்ட் வண்டி பின்னால் வந்துகொண்டிருந்தது. முதலில் தியேட்டர். அந்த ஸ்டுடியோ ஆரம்பித்த இருபத்தைந்து வருடங்களாக இருப்பது. அதை அடுத்து ஆபீஸ் கட்டிடம். அது இருநூறு வருடங்களாக இருப்பதாகக் கூறப்படும் கட்டிடம். அதை அடுத்து முதலாம் நம்பர் ஃப்ளோர். அதுவும் இருபத்தைந்து ஆண்டுகள் வயதுடையது. அதற்கு அடுத்து இரண்டாம் நம்பர் ஃப்ளோர். அது சற்றுப் புதியது. திரும்பினால் இன்னொரு தியேட்டர். அதுதான் இப்போது ஸ்டோராக மாற்றப்பட்டது. அதை ஒட்டினாற்போல் இரு பெரிய மோட்டார் கார் ஷெட்டுகள். அவற்றில் ஒலிப்பதிவு வண்டிகள் இருந்தன. இன்னும் திரும்பினால் இன்னொரு இருநூறு ஆண்டுக் கட்டிடம். அதில் புரோகிராம் ஆபீஸ், மேக்கப் அறைகள், ஜோடனைக்கு அடிக்கடி தேவைப்படும் 'செட் பிராப்பர்ட்டி'கள், உடையலங்கார டிபார்ட்மெண்ட், மாடியில் எடிடிங் அறைகள். அதையடுத்து ஆஸ்பெஸ்டாஸ் கூரைபோட்டு ஒரே நீளவாட்டில் நான்கு அறைகள். மூன்றில் ஆள் நடமாட்டம் இருந்தது. நான்காவது பூட்டப்பட்டு இருந்தது.

ஸ்டூடியோ உள்ளே நுழைந்ததும் இருந்த தியேட்டரின் பின் பகுதியை அந்த இடத்திலிருந்து பார்க்க முடிந்தது. அங்கிருந்து சிறிது தூரம் தள்ளி ஒரு பெரிய கொட்டகையில் தச்சு வேலையும் காகிதம் களிமண் கொண்டு ஜோடனை செய்யும் மோல்டிங் பிரிவு. மோல்டிங் வேலைக்காரர்களுக்கு வசதியாகக் கட்டப்பட்டிருந்த பெரிய தொட்டி காவி நிறத் தண்ணீருடன் இருந்தது. இதில் எதிலும் சேராதபடி ஒரு பெரிய டிபன் ஷெட் இருந்தது. இவை எல்லாம் தவிர ஸ்டூடியோவில் நான்கு ஏகரா நிலம் உபயோகப்படுத்தப்படாமல் இருந்தது.

நடேச மேஸ்திரி ஸ்டோர் அருகில் சிமெண்ட் வண்டியை அழைத்துப்போனான். சட்டைக்கார டிரைவர் கீழே இறங்கி அங்கேயே ஒரு சிகரெட் பற்றவைத்துக்கொண்டான். ஸ்டோர்கீப்பர் தனபால் வெளியேவந்து, 'என்ன, இவ்வளவுதானே?' என்று கேட்டான். நடேச மேஸ்திரிக்கு வண்டியில் எவ்வளவு மூட்டைகள் சிமெண்ட் இருக்கும் என்று யூகிக்க முடியவில்லை. 'எவ்வளவு மூட்டை கொண்டுவந்திருக்கீங்க?' என்று சட்டைக்காரனைக் கேட்டான். அவன் புகையை ஊதிக்கொண்டே பையிலிருந்து ஒரு காகிதத்தை எடுத்துக் கொடுத்தான். அது அந்த டிரான்ஸ்போர்ட் கம்பெனியின் டெலிவரி காகிதம். நானூறு மூட்டைகள்தான் வந்திருந்தன. அந்தக் கணக்கிற்கு இன்னும் ஏழு தடவை அந்த டிராலி டிரக் வரவேண்டி இருக்கும்.

சிமெண்ட் மூட்டை மீது உட்கார்ந்திருந்த நான்கு தடி ஆட்கள் கீழே குதித்தார்கள். சட்டைக்கார டிரைவர் தன் பொறுப்பு அகன்ற முறையில் அவனாக எங்கேயோ போய்விட்டான். ஸ்டோர் உள்ளே எட்டிப் பார்த்து விட்டு, 'இங்கேயா வைக்கச் சொல்லறீங்க; இங்கே எடம் பத்தாதே,' என்று ஒரு தடி ஆள் சொன்னான். ஸ்டோரில் பழைய மேஜை நாற்காலி பீரோக்களே நிறைய இடத்தை அடைத்துக்கொண்டிருந்தன. அங்கே காலியாயிருந்த இடமும் ஒரு காரணமாகத்தான் அவ்வாறிருக்கவேண்டும் என்று தோன்றிற்று. அந்த இடத்திற்குமேல் ஆஸ்பெஸ்டாஸ் கூரைக்கு அடியில் அலங்காரமாகப் பொருத்திவைக்கப்பட்ட ஹார்ட்போர்டு போலிக்கூரையில், வேறெங்கும் காணப்படாத வர்ணத்தில் முட்டை வடிவத்தில் பெரிய கறை இருந்தது. மழைத் தண்ணீர்தான் அதை உருப்படுத்தி இருக்க முடியும்.

நடேச மேஸ்திரி புரோகிராம் ஆபீஸுக்கு ஓடினான். புரோகிராம் மானேஜர் அப்போது வரவேற்பாளனிடம் டெலிபோனில் பேசிக்கொண்டிருந்தான். சரியாக ஒரு மணிக்கு வண்டி போய்

ஒலிப்பதிவு இஞ்சினீயரை அழைத்து வரவேண்டும். பன்னிரண்டு மணிக்குச் சாப்பாடு சாப்பிட்டுவர அனுப்பித்த டிரைவர் ஒன்றடித்துப் பத்து நிமிஷம் ஆகியும் வரவில்லை. 'நீ ஏய்யா அவனைச் சாப்பிட்டுவர அனுப்பிச்சே?' என்று புரோகிராம் மானேஜர் கத்தினான். பதிலுக்குப் போனில், 'நீதானேய்யா ஷூட்டிங் ஆரம்பிக்காத நேரத்திலே டிரைவர்களுக்குச் சாப்பாட்டுப்படி தரமுடியாதுன்னு சொல்லியிருக்கே?' என்று கேட்டது.

'நீ வேறே என்னய்யா என் கழுத்தை அறுக்க வந்திருக்கே?' என்று புரோகிராம் மானேஜர் நடேச மேஸ்திரியைக் கேட்டான்.

'இதென்னடா பெரிய ராமாயணமாப் போச்சு! எல்லாரும் எனக்கு ஏதோ செய்யற மாதிரி எரிஞ்சு விழறாங்க. இதோ பாரு, சார். நீயும் ஒரு முதலாளிக்குத்தான் வேலை செய்றே, நானும் அதே முதலாளிக்குத்தான் வேலை செய்யறேன். எனக்கு ஆண்டவன் புண்ணியத்திலே ஒரு வீடு இருக்கு; ஒரு கடை இருக்கு. பத்து வருஷம் பஞ்சாயத்து போர்டு மெம்பரா இருந்து இப்போ நாலு மாசமா தலைவரா நாலுபேர் நடுவிலே வரேன். இங்கே இருபது வருஷம் கிடந்தாச்சு. இந்த வயசிலே ஐயரை விட்டுட்டு இருக்க வேண்டாம்னுதான் இருக்கேன்.'

'சரி, சரி. உனக்கு என்ன வேணும்?'

'நானும் என் குடும்பமும் ஒத்தன் தயவில்லாம மானமா நிக்க முடியும். பிள்ளை பி.எஸ்ஸி. படிக்கிறான். நேத்திக்குத்தான் தொண்ணூத்தி ரெண்டு ரூபா பீஸ் கட்டிட்டு வரேன்...'

'அட, நிறுத்தய்யா. உன்னை யாரு என்ன சொல்லிட்டாங்க? என்ன வேணும்?'

'இங்கே கொடுக்கிற பிசாத்து நூத்திப் பதினெட்டு ரூபாயிலே என் வீட்டு அடுப்பு பதினோரு நாள்கூட எரியாது.'

'பதினோரு நாள் என்னய்யா கணக்கு? யோவ். நீ எதாவது வேலையா வந்தா என்ன விஷயம் சொல்லு. இல்லேன்னா போ உன் கொட்டாப்புளியைத் தூக்கிண்டு!'

நடேச மேஸ்திரி பதில் பேசாமல் வெளியே போயிருப்பான். ஆனால் ஸ்டோர் அருகிலிருந்து மயில் கூவுவது போல் டிரக் ஹாரன் சப்தம் கேட்டது. சட்டைக்காரன் புகைபிடித்துத் திரும்பி வந்திருக்க வேண்டும்.

'சிமிட்டி மூட்டை வந்திருக்கு, சார். மூவாயிரம் மூட்டை முப்பதினாயிரம் ரூபா முன்பணம்கட்டி வந்திருக்கு, சார்.'

'என்ன பண்ணனு(ம்)யா நான்?'

'ஸ்டோர்லே இடம் இல்லை, சார். பொங்கலுக்கு கட்டிட வேலை ஆரம்பிச்சா ஒரு மாசம் இரண்டு மாசம் வரைக்கும் கட்டி தட்டிப்போயிடாம வைச்சிக்கணும், சார்.'

புரோகிராம் மானேஜர் ஒரு கணம் யோசித்தான். 'முதலாளி இருக்காரா?' என்று கேட்டான்.

'இப்பத்தான் வெளியிலே போனாரு,' என்று நடேச மேஸ்திரி சொன்னான்.

புரோகிராம் மானேஜர் அவன் மேஜைமீது இருந்த மணியை ஓங்கி இருமுறை அடித்தான். ஒரு பியூன் உள்ளே வந்தான்.

'முனுசாமி, டைம்கீப்பர் கிட்டேபோய் நாலாம் நம்பர் ரூம் சாவி வாங்கிண்டு வா,' என்றான்.

'எந்த நாலாம் நம்பர் ரூம், சார்?'

'டைம்கீப்பருக்குத் தெரியும், போ, வாங்கிண்டு வா. ஜல்தி.'

முனுசாமி போனான். சிறிது நேரம் புரோகிராம் மானேஜர், நடேச மேஸ்திரி இருவரும் பேசாமல் இருந்தார்கள். நடேச மேஸ்திரி கேட்டான், 'இந்த முனுசாமிக்கு எப்படி, மாதச் சம்பளமா டெய்லி வேஜஸ்ஸா?'

'இப்பத்தானே வந்து இரண்டு மாசமாச்சு. டெய்லி வேஜஸ்தான். ஏன், உனக்கு ஆள் வேணுமா?'

'ஆமாம், வேணும். தை மாதத்திலே கட்டிட வேலை ஆரம்பிச்சுட்டாங்கன்னா எனக்கு டைட்டா இருக்கும். நல்ல ஆளு ஒத்தன், ரெண்டு பேரு வேண்டியதுதான்.'

புரோகிராம் மானேஜர் எரிச்சலுடன் சொல்ல ஆரம்பித்தான், 'ஆறு வருஷமாச்சு ஒரு இன்கிரிமெண்ட் கொடுத்து. இப்போ லட்சம் லட்சமா கொட்டி முதலாளி ஸ்டூடியோவைப் பெரிசு பண்ணறாரு.'

'அதுதானே சொல்லறேன்,' என்று நடேச மேஸ்திரி ஆமோதித்தான். ஆனால் அது அதிக வலு இல்லாமல் இருந்தது.

ஏதோ ஞாபகத்துக்கு வந்ததுபோல நடேச மேஸ்திரி தன் கைப் பையில் கையைவிட்டு ஒரு டயரியை எடுத்து புரோகிராம் மானேஜர் முன்னால் வைத்தான். வரவேற்பாளனுக்குக் கொடுத்ததைவிட இது பெரிய டயரி. அது என்ன கனமிருக்கும்

என்று பார்ப்பதுபோல் உள்ளங்கையில் தூக்கிப் பார்த்துவிட்டு புரோகிராம் மானேஜர் அதில் தங்க எழுத்தில் பொறிக்கப்பட்டதை உரக்கப் படித்தான்: ஜனார்த்தன் கம்பெனியாரின் அன்பளிப்பு. 'உன் பையில் இன்னும் எவ்வளவுய்யா இருக்கு?' என்று நடேச மேஸ்திரியைக் கேட்டான்.

நடேச மேஸ்திரி வெட்கப் புன்னகை தெரிய நின்றான்.

புரோகிராம் மானேஜர் கேட்டான், 'பெரிசா பிரசங்கம் பண்ணினியே, உன் வீட்டை நீயேயா கட்டிண்டே? கேக்கறேன்.'

நடேச மேஸ்திரி இன்னும் அதிகமாகப் புன்னகை விளங்க உடல் கோணி நின்றான்.

மறுபடியும் ஹார்ன், நீண்ட ஹார்ன் கேட்டது. 'சரியான காட்டான் வந்திருக்கான். மரியாதையா இருந்திட்டுப் போகச் சொல்லு,' என்று புரோகிராம் மானேஜர் சொன்னான். நடேச மேஸ்திரி வெளியே ஓடிப்போய் இரண்டு நிமிஷத்தில் திரும்பி வந்தான். 'அவுங்க சாப்பாட்டுக்குப் போகணுமாம், சீக்கிரம் இடத்தைக் காமின்றாங்க.'

முனுசாமி சாவியுடன் வந்தான். 'போ, ரூமைத் திறந்து விட்டுட்டு வா,' என்று புரோகிராம் மானேஜர் சொன்னான்.

'எந்த ரூமுங்க?' என்று முனுசாமி கேட்டான்.

புரோகிராம் மானேஜர், 'அதுதான் உங்க ரூம். உங்க புரொடக்ஷன் ரூம்தான்' என்றான்.

முனுசாமி தயக்கத்துடன், 'அதுவா?' என்றான். பிறகு, 'நீங்களும் வந்து பார்த்துடறீங்களா? அதிலே இன்னும் கூட ஏதோ ஜாமான் இருக்கும்,' என்றான்.

நடேச மேஸ்திரி சிமெண்ட் வண்டியை அழைத்துவரப் போனான். புரோகிராம் மானேஜரும் முனுசாமியும் வரிசையாக நான்கு அறைகளாக இருந்த கட்டிடத்திற்குப் போனார்கள். முனுசாமி சாவியைக்கூட புரோகிராம் மானேஜரிடமே கொடுத்து விட்டு, 'நீங்களே திறந்து கொடுத்திடுங்க,' என்றான். இருவரும் நான்காவது அறை முன்னால் நின்றார்கள். திறந்தபடி இருந்த மற்ற மூன்று அறைகளில் இருப்பவரில் யாரையோ பார்க்க வந்த ஒருவன் வேடிக்கை காண வருவதுபோல இவர்களிடம் வந்தான்.

புரோகிராம் மானேஜர் பூட்டைத் திறந்து தாழ்ப்பாளை விலக்கி, கதவைப் பிடித்துத் தள்ளினான். அறை இருட்டில் ஏகப்பட்ட தூசு, ஒட்டடையுடன் அவர்கள் ஸ்டூடியோவில் கடைசியாகப்

படப்பிடிப்பு நடத்தியபின் போட்டது போட்டபடியாக சந்திரா கிரியேஷன்ஸ் சாமான்கள் கிடந்தன. குடிதண்ணீர் வைத்துக் கொள்ளும் பித்தளை டிரம்மில் நிறையப் பச்சைத் திட்டுக்கள் வந்திருந்தன. எங்கிருந்தோ ஒரு சுண்டெலி துள்ளிக் குதித்து ஓடிற்று.

முனுசாமி விளக்கைப் போட்டுவிட்டு, அங்கிருந்த டிபன் காரியர் முதலியவைகளைத் தட்டியும் ஊதியும் நகர்த்திவைத்தான். 'எல்லாம் நம்ப ரூமிலே கொண்டுபோய் வை,' என்று புரோகிராம் மானேஜர் முனுசாமியிடம் சொன்னான். 'பொட்டிங்களைக் கூடவா?' என்று முனுசாமி கேட்டான்.

'நம்ப டிரஸ்ஸிங் ஹாலிலே போட்டுடு,' என்று புரோகிராம் மானேஜர் சொன்னான்.

நடேச மேஸ்திரியும் சிமெண்ட் வண்டியும் சட்டைக்கார டிரைவரும் நான்கு தடி ஆள்களும் வந்துவிட்டார்கள். தடி ஆள்களில் பெரியவன், 'இந்த ரூம்பு சரி,' என்றான்.

'கீழே பலகா போட்டு அடுக்கிவைச்சிடலாம்,' என்று நடேச மேஸ்திரி சொன்னான்.

'பலகா எங்கிருக்குது?' என்று தடி ஆள் கேட்டான்.

'நான் கொண்டாரச் சொல்லறேன். முனுசாமியை அனுப்பட்டுங்களா?' என்று நடேச மேஸ்திரி புரோகிராம் மானேஜரைக் கேட்டான்.

வந்திருந்த ஆள்களில் இருவருடன் முனுசாமி சில மாம்பலகைகள் கொண்டுவரத் தச்சு வேலைப் பிரிவுக்குப் போனான். மற்ற இரண்டு ஆட்கள் அறையில் இருந்த பொருள்களை வெளியே கொண்டுபோய் வைத்தார்கள். இரு டிரங்குப் பெட்டிகள், நாற்காலிகள், ஒரு மேஜை – இவைதான் பெரிய சாமான்கள்; ஒரு மை புட்டியில் மையெல்லாம் உலர்ந்துபோய், கறுப்பு வண்டல் உட்புறமெல்லாம் படிந்துகிடந்தது. வேடிக்கை பார்க்க வந்தவன், 'யாருது இந்த ரூம்?' என்று கேட்டான்.

'இந்த ஸ்டூடியோவிலே ஒருத்தர் படம் எடுத்திண்டிருந்தாரு. அந்தக் கம்பெனிக்குக் கொடுத்த ரூம்.'

'படம் முடிஞ்சிடுத்தா?'

'இல்லே. கொஞ்சம் பாக்கி இருக்கு.'

'ரொம்ப நாளா இந்த ரூமை உபயோகப்படுத்தவே இல்லை போலிருக்கு.'

'ஒரு வருஷத்துக்கும் மேலே ஆறது. ஆளுங்க விலாசமே தெரியலை.'

'ஏன்?'

புரோகிராம் மானேஜர் இதற்குப் பதில் சொல்லவில்லை. அவன் அறைக்குப்போய் விட்டான், அதற்குள் மாம்பலகைகள் வரத் தொடங்கின. சிமெண்ட் ஆட்களுக்குப் பசி வேகத்தில் வேலையைச் சுறுசுறுப்பாகச் செய்ய முடிந்தது. ஒரு வரிசை சிமெண்ட் மூட்டைகளை ஒரு சுவரோரமாகக் கூரை எட்டும் வரை அடுக்கியாகிவிட்டது. இன்னொரு வரிசை அடுக்கிக் கொண்டிருக்கும்போது சுவரில் இருந்த கதவுபோட்ட அலமாரி ஒன்று அடைந்துவிடும்போல் தோன்றிற்று. நடேச மேஸ்திரி அலமாரிக் கதவை மெதுவாகப் பிடித்து இழுத்தான். 'பூட்டியிருக்கு,' என்று முனுசாமி சொன்னான்.

'என்ன இருக்கு?' என்று நடேச மேஸ்திரி கேட்டான்.

'ஸ்கிரிப்டெல்லாம் வச்சிருந்தாங்க. அப்புறம் ஃபைலுங்க அஞ்சாறு.'

நடேச மேஸ்திரி கதவை இப்போது வேகமாக இழுத்தான். அது திறந்துகொண்டுவிட்டது. அந்த அலமாரியின் மூன்று தட்டுகளில் இரண்டில் ஃபைல்களாக அடுக்கிவைக்கப்பட்டிருந்தன. மேல் தட்டில் மட்டும் 'கிளாப்' பலகையும் ஒரு போட்டோ ஆல்பமும் இருந்தது. கிளாப் பலகையில் சந்திரா கிரியேஷன்ஸ் கடைசி யாகப் படப்பிடிப்பு எடுத்த தேதி, எத்தனையாவது, 'ஷாட்,' எத்தனையாவது 'டேக்' எல்லாம் சாக்கட்டியில் எழுதியிருந்தது இன்னும் அழியாமல் இருந்தது. நடேச மேஸ்திரி, 'நீ சொன்ன மாதிரிதான்,' என்றான்.

'நான் இந்தக் கம்பெனீலதான் வேலை பார்த்தேன்,' என்றான் முனுசாமி.

'இந்த ஃபைல்களை முதல்லே எடுத்திடலாம்,' என்றான் நடேச மேஸ்திரி.

முனுசாமி ஒரு தட்டு ஃபைல்களைப் பிடித்து இழுத்தான். அவன் கைபட்ட இடம் மட்டும் கையுடன் வந்தது. மற்ற பாகங்கள் பொலபொலவென்று தவிடாகக் கீழே சரிந்தன. பின்னால் கணக்கற்ற கரையான் பூச்சிகள் மின்னும் வெண்மையுடலும் சிவப்புத் தலையுமாக ஓடியாடிக்கொண்டிருந்தன.

அடுத்த தட்டுக் காகிதங்களையும் முனுசாமி இழுத்தான். அந்த அலமாரியிலேயே கரையான் அடையாகப் புற்று எழுப்பி யிருந்தது. டைப் அடிக்கப்பட்டும் கையெழுத்திலுமாக இருந்த காகிதக் கட்டுகள் பொடிப்பொடியாகி விட்டிருந்தன. முனுசாமி அவன் முன்கை ரோமங்கள் நடுவில் சிக்கிக் கொண்ட கரையான் பூச்சிகளை உதறிவிட்டுக் கொண்டான். வேடிக்கை பார்க்க வந்தவன் எம்பி கிளாப் பலகையையும் போட்டோ ஆல்பத்தையும் எடுத்துக்கொண்டான். முனுசாமி ஒரு வேகத்துடன் அவைகளை அவனிடமிருந்து பிடுங்கிக் கொண்டு, 'உங்க வேலையைப் பாருங்க,' என்றான். பின்னால் ஆள்கள் சிமெண்ட் மூட்டைகளை மீண்டும் கொண்டுவரத் தொடங்கிவிட்டார்கள். இடைஇடையில் முனுசாமி அலமாரியிலிருந்து உருப்படியாக எதையாவது மீட்க முடியுமாவென்று பார்த்தான். சந்திரா கிரியேஷன்ஸ் காகிதக் கட்டுக்கள் – அவர்கள் படத்திற்கு மூன்று நான்கு எழுத்தாளர்கள் தனித்தனியாக எழுதிக்கொடுத்த திரைக்கதை ஸ்கிரிப்டுகள், ஷூட்டிங்கு விவரங்கள், அனைத்தும் குறிக்கப்பட்டிருக்கும் கண்டின்யூடி தாள்கள். ஸ்டூடியோவில் கட்டணம் கட்டும்படியாக அவர்கள் உபயோகித்த சாதன வசதிகள் கணக்கு, ஒளிப்பதிவு – ஒலிப்பதிவு ரிபோர்ட் – எல்லாம் அரைப்படிக்குள் அடக்கி வைக்கக்கூடிய காகிதத் தூசியாகப் போயிருந்தன.

நானூறு மூட்டை சிமெண்டை இறக்கிவைத்துவிட்டு மீண்டும் மாலை நான்கு மணியளவில் அடுத்த டிரிப் வருவதாக டிரக் வண்டி சென்றுவிட்டது. பூட்டிச் சாவியைக் கையில் வைத்துக்கொண்டு நடேச மேஸ்திரி புரோகிராம் மானேஜர் அறைப்பக்கம் போனான். பின்னால் போட்டோ ஆல்பம், கிளாப் பலகையுடன் முனுசாமி போனான். 'என்ன சரிதானே?' என்று புரோகிராம் மானேஜர் நடேச மேஸ்திரியைக் கேட்டான். முனுசாமி தன் கையிலுள்ளதை மேஜைமீது வைத்து, 'இதுவும் அங்கே இருந்ததுதான்,' என்றான். புரோகிராம் மானேஜர் இரண்டையும் எடுத்துப் பக்கவாட்டில் விட்டெறிந்தான். அங்கே அறை மூலையில் குவிக்கப்பட்டிருந்த டிபன்காரியர்கள், பித்தளை டிரம் பக்கத்தில் இவையும் போய்விழுந்தன.

எட்டு

நூல் பிடித்து வரைந்த நேர்கோடாக நடு ரோடு வெள்ளைப் பட்டை கண்ணுக்கெட்டியவரை தெரிந்தது. வலது சக்கரம் கோட்டைத் தொடுகிற மாதிரி காரை ஓட்டிக்கொண்டுபோன ராம ஐயங்காருக்குத் தன் காரின் ஓட்டத்தினால் காற்றும் பூமியும் ஒரே சமயத்தில் கீறிப் பிளக்கப்பட்டு விழுவதுபோல் தோன்றிற்று. அடுத்த கணம் நேர் கோடு செங்குத்தாக நின்று, காரும் கோட்டை ஒட்டி செங்குத்தாக மேலே ஏறுவதாகவும் தோன்றிற்று. ராம ஐயங்கார் உடனே வலது கால் கட்டை விரலை உயர்த்தி கார் வேகத்தைக் குறைத்து, கீழ் கியர் போட்டுக்கொண்டார். பத்து நாட்கள் முன்பு எதிரே பர்லாங்குக் கணக்குக்கு நேராக இருந்த தார் சாலை திடீரென்று செங்குத்தாகப்போய் அவர் கார் ஒரு நாயை அடித்து வீழ்த்தியது. நாயின் இறுதி ஓலம் காரைப் பத்தடி தூரத்தில் நிறுத்தியது. அன்று டாக்டர், ராம ஐயங்காரிடம், 'டிரைவர் வைத்துக்கொள்ளுங்கள். இருபது வருஷம் கழித்து ஜலதோஷம் பிடித்துச் சாவீர்கள். டிரைவர் வைத்துக்கொள்ளாதீர்கள். நாளைக்கே கூட ஸ்டியரிங் வீல் உங்கள் மார்புக் கூண்டை நொறுக்கி நீங்கள் கண்ணை மூடிக்கொள்ளலாம்,' என்று கூறினார். ராம ஐயங்கார், 'என்னுடைய அடுத்த தமிழ்ப் படத்திற்கு நீங்கள் ஒரு தத்துவப் பாட்டு எழுதித் தரவேண்டும்,' என்று திருப்பிச் சொல்லியிருந்தார்.

'நின்று போகவும்' அறிவிப்புப் பலகை இல்லாமல் போலீஸ்காரன் நடுவில் நிற்கும் நாற்சந்தி முனையில்

ராம ஐயங்கார் காரை நிறுத்திக் குறுக்கே போகிற இரு பஸ்களுக்கு வழிவிட்டார். போலீஸ்காரன் அவருக்குச் சைகை காட்டிய பிறகு மெதுவாக அவனைக் கடந்தார். அவன் அவருக்கு சல்யூட் அடித்தான். தன் தலைக்குச் சிறு அசைவு காண வைத்து வண்டியின் வேகத்தை அதிகப்படுத்தினார். எதிரே ஒரு போலீஸ் ஜீப் வந்தது. அதில் இருந்த உயர் அதிகாரியும் ராம ஐயங்காருக்கு சல்யூட் அடித்தார். அதற்கும் ஒரு தலை அசைவு. ராம ஐயங்காருக்கு அங்கிருந்தே தன் பங்களா கூர்க்கா அடுத்த பங்களா ஆயாவுடன் கொஞ்சிக்கொண்டு நிற்பது தெரிந்தது. ராம ஐயங்கார் லேசாக ஹார்னை அழுத்தினார். கூர்க்கா கலவரப்படாமல் கேட்டின் இரு கதவுகளையும் நொடியில் திறந்து வைத்தான். கேட் முன்னால் தெரு நடைபாதையின் விளிம்பை நகர அதிகாரிகளே தாழ்த்திச் சாலையோடு சேர்த்திருந்தார்கள். ராம ஐயங்கார் அந்த இடத்தில் காரை மிகவும் மெதுவாகச் செலுத்தினார். இருந்தும் அங்கே எப்படியோ ஏற்பட்டிருந்த பள்ளம் கார் முன் சக்கரங்கள், பின் சக்கரங்கள் அதைக் கடக்கும்போது வண்டியை இருமுறை தூக்கி இறக்கியது. ராம ஐயங்கார் தோட்டத்து ஊற்றுத் தொட்டியைச் சுற்றி காரை பங்களா போர்டிகோவில் சப்தமே எழுப்பாமல் கொண்டு நிறுத்தினார். அளவெடுத்து இடைவெளி கொடுத்த மாதிரி கார் போர்டிகோவின் நடுமத்தியில் இருந்தது. ராம ஐயங்கார் துண்டை எடுத்துத் தோளில் போட்டுக்கொண்டு காரிலிருந்து இறங்கினார். பங்களா நிசப்தமாக இருந்தது. ராம ஐயங்கார் ஹாலைக் கடந்து அடுத்து இருந்த ஒரு அகலமான தாழ்வாரத்திற்குப் போனார். தாழ்வாரத்திலிருந்து தோட்டத்திற்குப் போகும் கதவு திறந்து இருந்தது. தாழ்வாரத்தின் மறுபுறத்தில் விசாலமான தேக்குமர மாடிப்படி இருந்தது. அங்கும்கூட நிசப்தமாக இருந்தது. ராம ஐயங்கார் ஒவ்வொரு படியாக நிதானமாக ஏறி மாடிக்குச் சென்று தன் அறைக்குள் நுழைந்தார். அது இரு பிரிவுகள் கொண்ட பெரிய அறை. பீரோ மாதிரியான குளிர்சாதன இயந்திரம் பொருத்தப்பட்டது. ஒரு குறிப்பிட்ட சூட்டுக்குமேல் போனவுடன் இயந்திரம் அதுவாக இயங்கத் தொடங்கும். ராம ஐயங்கார் அறை உள்ளே நுழைந்தவுடன் அதே நேரத்தில் அந்த இயந்திரம், பெரிய கதவு சாத்தப்படுவதுபோல ஒரு ஒலி எழுப்பியது. பிறகு கும்மென்று இயங்கத் தொடங்கியது. ராம ஐயங்காருக்கு அன்று பகலில் அவர் வீட்டில் அதுதான் அவர் கேட்ட முதல் சப்தமாக இருந்தது.

கூர்க்கா சமையற்காரனிடம் தெரிவித்துவிட்டான். சமையற்காரன் ராம ஐயங்காருடைய அம்மாவுடைய மாமாவுக்குத் தெரிவித்து

விட்டான். அவர் அக்கட்டிடத்தினுள் மட்டும் இயங்கும் டெலிபோனில் ராம ஐயங்காரிடம் பேசினார். தபால் வந்து மூன்று கடிதங்களைத் தவிர மற்றவைகளை ஸ்டூடியோ ஆபீஸுக்கு அனுப்பித்தாகிவிட்டது. அம்மங்கா புருஷன் – அதுதான் ஊரில் தேசிகர் திருமாளிகை வீதியில் இருப்பவர் – வந்து காத்திருந்துவிட்டுப் போனார். அவர் பெண்ணுக்குத் தை மாதத்தில் கல்யாணம் நிச்சயம் செய்ய இருக்கிறது. வந்து பார்த்துவிட்டுப்போக வந்திருந்தார். அம்புஜம் வெளியே போயிருக்கிறாள். சந்நிதித் தெருவுக்குத்தான் போயிருப்பாள். பெரிய கார்தான் எடுத்துக்கொண்டு போயிருக்கிறாள். கராஜுக்கு நேற்றைக்குப்போய் இன்று காலையில் வந்துவிட்டது. மைனர் ரிப்பேர்தான் பார்த்து அனுப்பச் சொல்லியிருந்தது. பாச்சா வரவில்லை, இன்னும் வரவில்லை. நேற்று முன் தினம் போனவன் தான். அவன் கோஷ்டி சிநேகிதன் ரேடியோ மெக்கானிக்தான் இன்று காலை வந்து கேட்டுவிட்டுப் போனான். கீழே டைனிங் ஹாலுக்கு வருகிறீர்களா அல்லது சாப்பாட்டை மாடிக்கே கொண்டுவந்துவிடச் சொல்லிவிடட்டுமா?

ராம ஐயங்கார் டைனிங் ஹாலுக்கே போய்ச் சாப்பிட்டார்.

வேலைக்காரர்களுக்கு பங்களாவிலே இனிச் சாப்பாடு போடப்படமாட்டாது என்று சொன்னதிலிருந்து நடுப்பகல் வேளையில் அவர்கள் நடமாட்டம் கிடையாது. அவர் கீழே இறங்கி வந்தபோது மேஜையில் அவருடைய சாப்பாட்டுத் தட்டுகள் வைக்கப்பட்டு வெள்ளிக் கூஜாவில் லேசாகச் சுடும் வெந்நீரும் வைக்கப்பட்டிருந்தது. அவர் சாப்பிடும்போது ஒரே ஒரு தடவை மட்டும் மாமா தலையைக் காட்டிவிட்டுப் போனார். மாமா நேரில் விட டெலிபோனில் நிறையப் பேசுகிறார். அம்புஜம் டெலிபோனில் பேசுவதில்லை. நேரிலும் இப்போதெல்லாம் பேசுவது மிகவும் குறைந்துவிட்டது. பெண் உள்ளூரில்தான் இருப்பவள்; வந்தால் இரண்டு நிமிஷங்கள் பார்த்துவிட்டுப் போவாள். திரும்பிப் போகும்போது சொல்லிவிட்டுப் போவது என்பது இப்போதெல்லாம் சரியாக நேருவது கிடையாது. அவள் குழந்தைகள் அவர் தூக்கும்போது திமிறுவது கிடையாது. கீழே இறக்கிவிட்டவுடன் கான்வென்ட்டில் சொல்லிக் கொடுத்த 'பரமண்டலத்தில் இருக்கும் எங்கள் பிதாவே...' ஒப்பிக்கும் அதே குரலில், 'போயிட்டு வரேன், தாத்தா' என்று சொல்லும். அம்புஜம் சொல்லிக் கொடுத்தாளோ, பெண் சொல்லிக்கொடுத்தாளோ. பெண் பிறந்தவுடன்தான் பாங்கில் கரெண்ட் அக்கவுண்ட் ஆரம்பிக்க நேர்ந்தது. பெண்ணுக்கு ஐந்து வயதாகும்போது ஏஜென்சி வியாபாரத்தில் நாற்பதாயிரம் ரூபாய் புழக்கத்தில் இருந்தது. பெண்ணுக்குப் பத்து வயதாவதற்குள் ஒரு சாசுவதநிதிக்

கம்பெனியின் டைரக்டர், கிராமத்தில் நஞ்சை பத்து ஏகரா, இங்கே சிறு பங்களா. பழைய கார் வாங்கியாயிற்று, ஒரு சினிமா ஸ்டூடியோமீது அரை லட்சம் முன்பணம் கொடுத்தாகிவிட்டது. பெண்ணுக்குப் பதினைந்து வயதாவதற்குள் ஸ்டூடியோவின் சொந்தக்காரர், ஒட்டு மொத்தமாக முப்பது தமிழ் தெலுங்கு ஹிந்திப் படங்களின் விநியோக உரிமையாளர், நாட்டையே பைத்தியமடிக்கச் செய்த இரண்டு படங்களின் தயாரிப்பாளர், வர்த்தக சபை கமிட்டி அங்கத்தினர், இரு சங்கங்கள் – ஒரு கலாசாலையின் போஷகர், அநேகப் பத்திரிகைகளின் விளம்பரப் பொதுஜனத் தொடர்பு இலாகாக்களின் விசேஷப் பிரமுகர்களின் பட்டியலில் சிறப்பிடம் எல்லாம் பெற்றாகிவிட்டது. பெண்ணுக்குக் கல்யாணம் ஆகிவிட்டது. பெண்தான் எல்லா அதிர்ஷ்டத்துக்கும் காரணம் என்று சொல்வார்கள். தானும் அப்படித்தான் நம்பினோமோ? ஆனால் இப்போது அந்தப் பெண்ணைப் பார்த்தால் 'என்னம்மா, சௌக்யமா?' என்ற கேள்விக்கப்புறம் என்ன பேசுவது என்று தெரியாமல் இருக்கவேண்டியிருக்கிறது. அந்தப் பெண்ணும் சற்றுமுன் ஒரே வம்பும் வாயடியும் சிரிப்பும் கொம்மாளமுமாக இருந்தவள் தன்னைப் பார்த்தவுடன் புதிதாக வேலைக்குச் சேர்ந்த குமாஸ்தா மாதிரி ஜடமாக ஆகிவிடுகிறாள். பிள்ளையா? இரண்டு நாட்களாக வீட்டுப் பக்கமே வரவில்லை. எங்கே குடித்துப் புரண்டுகொண்டிருக்கிறானோ?

சமையற்காரன் ரசம் ஊற்றிய பின் இன்னொரு அப்பளம் கொண்டுவந்தான். ராம ஐயங்கார், 'வேண்டாம்,' என்றார். அடுத்து ஒரு பெரிய வெள்ளிக் கிண்ணத்தில் ரிஃப்ரிஜெரேட்டரில் வைத்த தயிரைக் கொண்டுவந்தான். ராம ஐயங்கார் கிண்ணத்தில் இருந்த தயிர் அனைத்தையும் போட்டுக்கொண்டார். தயிர் இனிப்பாக இருந்தது. ராம ஐயங்காரின் கண்கள் மீண்டும் நன்றாகப் பார்க்கத் தொடங்கின. அவர் தொண்டையைக் கனைத்துக்கொண்டார். மேஜையில் இன்னொரு அகலப் பாத்திரத்தில் அவர் கை கழுவிக் கொள்வதற்காகப் பொறுக்கிற அளவு சூடுள்ள வெந்நீரைச் சமையற்காரன் கொண்டுவந்து வைத்தான். ராம ஐயங்கார் தன் கையை அதில் முக்கியவுடன் ஒரு கோணத்தில் நீர்ப்பரப்பில் வெண்ணெய்ப் பசை மிகமிக நுணுக்கமாக வரைந்த கோலம்போல மிதக்கத் தொடங்கியதைப் பார்க்க முடிந்தது. மீண்டும் தொண்டையைக் கனைத்துக்கொண்டு முன் ஹாலில் பிரம்மாண்டமான ஒரு ஒற்றைச் சோபாவில் உட்கார்ந்துகொண்டு சோபாவின் வலது பக்கவாட்டில் இருந்த ஒரு பொத்தானை அழுத்தினார். ஒரு நிமிஷத்தில் அம்மாவின் மாமா வந்தார். அவர் ராம ஐயங்காரைவிட வயதில் ஒரு

வருடம் பெரியவர். ஆனால் பஞ்ச கச்சமும் குடுமியும் ஸ்ரீ சூர்ணமும் வயதை அதிகப்படுத்திக் காட்டின. குண்டுமணியளவு இருக்கும் ஒரு பச்சை மாத்திரை. அதைவிடச் சிறிய மஞ்சள் மாத்திரை இரண்டையும் கொண்டுவந்தார். ராம ஐயங்கார் இரண்டையும் வாயில் போட்டுக் கொண்டு விழுங்கினார். மாமா அதன் பிறகு ஒரு பெரிய வெள்ளிப் பெட்டியைக் கொண்டு வந்தார். அது வெற்றிலைப் பெட்டி. மாமா பெட்டியை ராம ஐயங்காரிடம் கொடுத்துவிட்டு முன்னால் ஏதோ பார்க்கப் போவதுபோலப் போனார். வெற்றிலை போட்டுக்கொண்டபின் ராம ஐயங்கார், 'நான் சரியாக மூன்று மணிக்கு வெளியே போகவேண்டும்,' என்றார். எங்கேயோ பார்த்துக்கொண்டிருந்த மாமா திரும்பி, கணப்பொழுதும் தாமதமில்லாமல், 'இரண்டே முக்காலுக்கு எழுப்பச் சொல்றேன்,' என்றார். ராம ஐயங்கார் தன் சோபாவிலேயே வெற்றிலைப் பெட்டியை வைத்துவிட்டு மாடிக்குப் போனார். குளிர் சாதன இயந்திரம் இப்போது மௌனமாக இருந்தது. ராம ஐயங்கார் அதன் விசையை ஆஃப் செய்தார். தன் படுக்கைக்குப் பக்கத்திலிருந்த ஜன்னலைத் திறந்தார். வெளிக்காற்றும் அறைக் காற்றும் கலந்து முகத்தில் அடித்தது. ராம ஐயங்கார் படுத்துக்கொண்டார். பகலிலும் சிறிது படுத்துக்கொண்டுதான் ஆகவேண்டும் என்று ஏற்பட்டுவிட்டது. தன்னைச் சுற்றி ஒரு சிறு அரசாங்கமே நடக்கிறது. அங்கம் அங்கமாக, பிரிவு பிரிவாக, ஒவ்வொரு ஆளாகச் சேர்த்துக் கட்டி அதற்கு இயக்கம் தர ரொம்ப நாளாயிற்று. இயக்கம் கொடுத்த பிறகு அது போய்க்கொண்டேயிருக்கிறது. இப்போது தான் விழித்திருந்தாலும் தூங்கினாலும் சிந்தித்தாலும் பேசாமலிருந்தாலும் ஏதேதோ ஒன்றுக்கொன்று இணைக்கப்பட்ட காரியங்கள் நடந்துகொண்டு இருக்கின்றன. நடந்துவரும். வீட்டுக்குக் கூட ஒரு மாமா வந்துவிட்டார். மருந்து எடுத்துத் தருகிறார். சாப்பாடு போடத் தட்டு எடுத்துப்போடுகிறார். வேலைக்காரர்களைக் கட்டி மேய்க்கிறார். டெலிபோன் பில் கட்டுகிறார். தபாலை உடைத்துப் பிரித்து வைக்கிறார். வெற்றிலைப் பெட்டி எடுத்துத் தருகிறார். பெண்டாட்டி பெண் வீட்டிற்குப் போயிருக்கிறாள். பிள்ளை ... பிள்ளையை இன்று பார்த்தாக வேண்டும். இன்றுவிட்டால் அப்புறம் ஒரு வாரத்திற்குப் பிள்ளையைப் பற்றி யோசிக்கக்கூட முடியாது. பிள்ளையை இன்று கட்டாயம் பார்த்தாக வேண்டும்.

இரண்டே முக்காலுக்குத்தான் டெலிபோன் மணியடித்தது. மாமாதான் அது. 'மணி இரண்டே முக்கால் ஆகிறது,' என்றார். ராம ஐயங்கார் இரண்டே நிமிஷத்தில் வெளியே போகத்

தயார் ஆனார். கீழே டைனிங் ஹால் மேஜையில் உயரமான வெள்ளித் தம்ளரில் சுடச்சுட காபி இருந்தது. பக்கத்திலேயே வைக்கப்பட்டிருந்த டவராவில் சிறிது ஆற்றிக்கொண்ட பிறகுதான் சாப்பிட முடிந்தது. காபியைச் சாப்பிட்டான பிறகு ராம ஐயங்கார் மாமாவின் இடத்திற்குப் போனார். அது வீட்டின் பக்கவாட்டில் இரண்டாவது பிரிவில் இருந்தது. அந்த அறையிலிருந்து வாசல் கேட், பக்கத்து கேட் எல்லாம் தெரியும். சமையலறை மிகவும் சமீபம். மாமா தக்ளியில் நூல் நூற்றுக்கொண்டிருந்தார். ராம ஐயங்காரைப் பார்த்து, 'என்ன?' என்றார்.

'அம்புஜம் வந்துட்டாளா?'

'இன்னும் வரலைப் போலேயிருக்கே?'

'நாளைக்கு நான் பம்பாய் போறேன், அவளுக்குத் தெரியுமோல்லியோ?'

'தெரியும்னு நினைக்கிறேன். சேஷாத்திரிதான் வந்து சொன்னான்.' சேஷாத்திரி வினாயகா ஸ்டூடியோ மானேஜர், ராம ஐயங்காருக்குக் காரியதரிசியாக இருப்பவன்.

'நாளைக்கு நான் கார்த்தாலே ஸ்டூடியோ போயிட்டேன்னா அநேகமா அப்படியேகூட ஏர்போர்ட் போக வேண்டியிருக்கும். ஒரு வாரத்திற்கான சட்டை துணிமணி எல்லாம் எடுத்து வைச்சிடு.'

'படுக்கை?'

'வேண்டாம். நான் ஹோட்டல்லேதான் தங்க ஏற்பாடு பண்ணியிருக்கேன். அம்புஜத்தை நாளைப் பகல் ஒரு மணிக்கு ஆபீஸுக்கு வரச் சொல்லிடு.'

'ஆபீஸுக்கா?'

'ஆமாம். இன்னிக்கு எனக்கு டைம் கிடையாது, நாளைக் காலையிலேயும் முடியாது. அவசியம் சொல்லு.'

'சரி.'

ராம ஐயங்கார் போர்டிகோவுக்குப் போனார். மாமாவும் கூடவே வந்தார். காரில் ஏறுமுன் ராம ஐயங்கார் சொன்னார், 'ராத்திரி எட்டு மணிக்குள்ளே பாச்சா வந்துட்டா ஆபீஸுக்கு டெலிபோன் பண்ணு.'

'சரி.'

ஐம்பது வயதாகும் மனைவியை ஆபீஸில் வந்து பார்க்கச் சொல்வது விநோதமாகத் தோன்றாதது ஒரு கணம் ராம ஐயங்காருக்கு வியப்பாக இருந்தது. அதற்கு மறுகணத்திலிருந்து அவர் வீட்டைப் பற்றியோ மனைவியைப் பற்றியோ நினைக்கவில்லை. மூன்றடிக்க ஒரு நிமிஷம் இருக்கும்போது அவர் வண்டி ஸ்டூடியோவில் அவர் காரியாலயம் முன்னால் நின்றது.

ராம ஐயங்கார் தன் அறைக்குள் நுழைவதற்குள் எங்கிருந்தோ நடேச மேஸ்திரி ஓடிவந்தான். ராம ஐயங்கார் அறைக்குள்போக, மேஸ்திரி வெளியிலேயே காத்திருந்தான். ராம ஐயங்கார் அறைக்குள் சென்று ஒரு பொத்தானை அழுத்தினார். மானேஜர் சேஷாத்திரி உடனே வந்தான். கையெழுத்திட வேண்டிய கடிதங்களைக் கொண்டுவந்தான். ராம ஐயங்கார் கண்ணாடி மாட்டிக்கொண்டு ஒவ்வொரு கடிதத்தையும் நிதானமாகப் படித்தபிறகு கையெழுத்திட்டார். சேஷாத்திரி சொன்னான், 'சென்சார் சர்டிபிகேட்டையும் எக்ஸ்போஸ் பண்ணிச் சேர்த்தாச்சு.'

'உம்,' என்று ராம ஐயங்கார் சொன்னார். பிறகு, 'எடிடிங்கிலே யாராவது இருக்காங்களா?' என்று கேட்டார்.

சேஷாத்திரி தயங்கினான். 'இன்னிக்குக் காலையிலே வேலை முடிஞ்சவுடனே நீங்க ஆஃப் எடுத்துக்கலாம்னு சொன்னதினாலே எல்லோருமே ஒரு மணிக்குப் போயிட்டாங்க. ஆனால் உமாநாத்தை மட்டும் வீட்டிலேயே இருக்கச் சொல்லியிருக்கேன்.'

'அந்த தர்ட்டீன்த் ரீலிலே ஒரு குழந்தை குளோசப் இன்சர்ட் போடச் சொன்னேன்.'

'ஆயிடுத்து, சார். அந்த ரீல்தான் பிரிண்ட் ஆயிண்டிருக்கு இப்போ.'

'காப்பீஸ் டெஸ்பாட்ச் முடிஞ்சுடுத்தில்லே?'

'எல்லாம் ரயில்வே பார்சலா அனுப்பிச்சாச்சு. இந்தப் பதிமூணாவது ரீலை மட்டும் ஏர்ஃப்ரெயிட் பண்ணிடப் போறேன்... இப்போ ரெட்டியார் படத்து புரொஜக்‌ஷனுக்கு எல்லாரையும் அழைச்சுண்டு வந்தாச்சு.'

கரைந்த நிழல்கள்

‘ஜகந்நாத் ராவ் வந்திருக்கானா?’

‘ஜகந்நாத் ராவ் இப்போ ஹைடராபாட்டுக்கே போயிட்டாராம். ஆனால் மணிமுடி வந்துட்டார்.’

அப்போது ஸ்டூடியோ அக்கவுண்டண்ட் வந்தார். சில செக்குகளில் கையெழுத்து வாங்கியவுடன் ஒரு பட்டியலை நீட்டினார். முடிக்கப்பட்டுத் தயாராக இருக்கும் ஹிந்தி படம் வெளியானவுடன் ஸ்டூடியோவில் ஆள் குறைப்பு செய்வதற்கான பட்டியல். வரிசையாகப் பெயர்களுடன் அவரவர்கள் எத்தனை வருடம் வேலைக்கு இருந்தவர்கள், தற்போதைய சம்பளம், வேலையைவிட்டு நிறுத்தினால் அவர்களுக்குச் சட்டப் பிரகாரம் தரவேண்டிய தொகை – இத்தகவல்கள் அப்பட்டியலில் இருந்தன. ராம ஐயங்கார், ‘இன்னிக்கு ராத்திரி எட்டு மணிக்கு என்னைப் பாருங்கோ, நான் முடிவு சொல்றேன்,’ என்றார். பிறகு, ‘வேண்டாம், எட்டு மணிக்கு அகப்படமாட்டேன், நான் பம்பாயிலிருந்து வந்தப்புறம் பார்த்துக்கலாம்,’ என்றார்.

ராம ஐயங்கார் தன் அறையைவிட்டு வெளியே வந்தார். நடேச மேஸ்திரி இன்னமும் நின்றுகொண்டிருந்தான். ராம ஐயங்கார் அவனைப் பார்த்ததாகக் காண்பித்துக்கொள்ளாமலே புதிதாகக் கட்டிட வேலை நடக்கும் இடத்திற்குச் சென்றார். புது ஸ்டூடியோவுக்குப் பக்கத்துச் சுவர்கள் எழுப்பி மேலே கூரைக்கு டிரஸ்களும் பொருத்தியாகிவிட்டது. தியேட்டருக்கு மட்டும் அஸ்திவாரம் போட்டதோடு வேலை நிறுத்தப்பட்டிருந்தது. ஸ்டூடியோ அருகே நின்றுகொண்டு, ‘எப்போ ரூஃபிங் போடப் போறது?’ என்று ராம ஐயங்கார் கேட்டார். ‘அடுத்த வாரங்க,’ என்று நடேச மேஸ்திரி சொன்னான். ‘அதுக்கப்புறந்தாங்க ஃப்ளோரிங்கு. அப்போ இரண்டுநாளைக்கு எட்டு கொத்தனார், பத்து பெரியாள், சித்தாள் வேணுமுங்க. அக்கவுண்டண்ட் ஐயாகிட்டே சொல்லியிருக்கேங்க. அந்த வாரம் கூலிப் பட்டுவாடாவுக்கு, ஒரு நாளைக்கு நூத்தம்பது ரூபா எக்ஸ்ட்ரா ஆகுங்க...’

ராம ஐயங்கார் மேஸ்திரி பேச்சை அதிகம் காதில் போட்டுக்கொள்ளாமல் திரும்ப ஆரம்பித்தார். அன்று கொத்து வேலை ஒன்றும் நடக்கவில்லை. சில ஆட்கள் மட்டும் புதிதாக எழும்பியிருக்கும் சுவர்களின் இரு புறங்களிலும் தண்ணீர் தெளித்துக்கொண்டிருந்தார்கள்.

தச்சுவேலைப் பிரிவிலும் மோல்டிங்கு பிரிவிலும் வேலை ஒன்றும் இல்லாமல் இருக்கவேண்டும். அங்கே இரு கோஷ்டிகள் சீட்டு விளையாடிக்கொண்டிருந்தன. முதலாளியைப் பார்த்ததும் அவர்கள் சிறிது வெட்கம் தெரிய நின்றார்கள். ஆனால் பயம் இல்லை. ராம ஐயங்கார் நேராக புரொஜக்ஷன் தியேட்டருக்குப் போனார்.

அங்கே அவருக்காக ஸ்டூடியோவின் ஒளிப்பதிவாளன், ராம ஐயங்காரின் படங்களுக்கு எல்லாம் உதவி டைரக்டராகப் பணியாற்றும் ஹிந்தி – தமிழ் – ஆங்கிலம் மொழிபெயர்ப்பாளர் மற்றும் மணிமுடியும் காந்திருந்தார்கள். மணிமுடி தமிழ் வாத்தியாராக இருந்தவர். வாரப் பத்திரிகை ஒன்றில் ஒரு கதை எழுத, அதை ஒரு படத் தயாரிப்பாளர் திரைப்படமாக எடுக்க, எடுத்த படம் பல்வேறு காரணங்களால் பிரபலமாக, மணிமுடி ஒரு ராசிக்கார வசனகர்த்தா என்று பெயர் பெற, அவர் வாத்தியார் வேலையை விட்டுவிட்டு அரை டஜன் பட்டு ஜிப்பாக்கள் தைத்துக்கொண்டார். ராம ஐயங்காரைப் பார்த்தவுடன் அவர் அழுத்தமாகக் கும்பிடுபோட்டார். ராம ஐயங்கார் ஒரு தழைவான சாய்வு நாற்காலியில் உட்கார, மற்றவர்கள் அவருக்குப் பின்னால் தரையிலேயே நான்கு வரிசைகளாகப் பொருத்தப்பட்ட நாற்காலிகளில் ராம ஐயங்காருக்கு வெகு சமீபத்தில் இருக்கும்படி உட்கார்ந்துகொண்டார்கள். ராம ஐயங்கார் திரும்பாமலே, 'மிஸ்டர் மணிமுடி, இந்தப் படம் பற்றி நம்ப பண்டிட்ஜி எல்லாம் சொல்லிவிட்டாரா?' என்று கேட்டார். பண்டிட்ஜிதான் பன்மொழி மொழிபெயர்ப்பாளர்.

மணிமுடி முன்னால் சாய்ந்துகொண்டு, 'சொன்னாருங்க,' என்றார்.

'முக்காப் படத்தை ஒருத்தர் எடுத்து என்கிட்டே ஒப்படைச்சிருக்கிறார். அது ஆகி இரண்டு வருஷம் கூட இருக்கும். இப்ப இருக்கிறதை வைச்சு புதிசா ஷேப் கொடுத்துப் படத்தை முடிக்கணும். இவ்வளவுதான் வேலை.'

'செஞ்சுட்டாப் போகுதுங்க.'

'இதுக்குப் பழைய ஸ்கிரிப்ட் கிரிப்ட் ஒண்ணும் கிடையாது. இப்ப நீங்க பாக்கப்போறீங்களே அதை வைச்சுத்தான் படத்தை முடிக்கணும். இதிலே அந்த அண்ணி வேஷத்திலே வராளே, அது யாரு?' ராம ஐயங்கார் பண்டிட்ஜியைக் கேட்டார்.

'ரத்னாபாய்,' என்று பண்டிட்ஜி பதில் சொன்னார்.

'ரத்னாபாய், ரத்னாபாய். அந்த அம்மா செத்துப்போய் ஆறு மாசமாறது. அந்த ரோலை அதோட வைச்சுக்கணும், இல்லை, முழுக்க எடுத்துடணும். மத்தப்படி வேறு எல்லாம் மானேஜ் பண்ணலாம்.'

'செஞ்சுடலாங்க.'

ராம ஐயங்கார் ஒரு நிமிஷம் யோசனையில் இருந்தார். பிறகு திரும்பிப் பார்த்து, 'ஸ்டார்ட் பண்ணலாம்,' என்றார். அங்கே அவர் நாற்காலிக்கருகே சுவரில் ஒரு பொத்தான் இருந்தது. அதன் மூலம் மாடியில் இருக்கும் ஆபரேட்டரிடம் ஆரம்பிக்கலாம், நிறுத்து, மறுபடியும் அந்தப் பகுதியைப் போடு என்றெல்லாம் தகவல் தரலாம். ஆனால் பண்டிட்ஜி வெளியே ஓடிப்போய் மாடிப்படி ஏறி ஆபரேட்டரிடம் நேரிலேயே சொல்லிவிட்டு வரப்போனார். ராம ஐயங்கார் சொன்னார், 'நான் நாளைக்கு பம்பாய் போறேன், என் ஹிந்திப் படம் ரீலீஸ் சம்பந்தமா. ஒரு வாரத்திலே வந்திடுவேன். அதுக்குள்ளே நீங்க ஒரு ஸ்கீம் போட்டு வைச்சீங்கன்னா அநேகமா அடுத்த மாசமேகூட இதை ரீலீஸ் பண்ணிடலாம்.'

'யார் டைரக்ட் செய்யப்போறாங்க?'

'முதல்லே ஒருத்தர் பண்ணியிருந்தார். இனிமே, நம்ம பண்டிட்ஜிதான்.'

'ரொம்ப சரீங்க.'

பண்டிட்ஜி கீழே வந்து கதவுகளை மூட ஆரம்பித்தார். ஒன்றை மூடி இன்னொரு கதவை மூட ஆரம்பித்தபோது, 'ஒரு நிமிஷம், ஒரு நிமிஷம்,' என்று ஒருகுரல் கேட்டது. வினாயகா ஸ்டூடியோவின் விளம்பர அதிகாரி மூன்று நான்கு முறை மடித்தும் மிகப் பெரியதாக இருந்த ஒரு காகிதத்தை இரு கையிலுமாகக் கொண்டு வந்தார். 'என்ன சதாசிவம்?' என்று ராம ஐயங்கார் கேட்டார்.

'சிக்ஸ் ஷீட் போஸ்டர் அப்ரூவலுக்கு வந்திருக்கு, சார்,' என்று சதாசிவம் சொன்னான். அப்படியே குனிந்து, தரையில் அவன் கொண்டுவந்த காகிதத்தைப் பிரித்தான். ஆறு பாகங்கள் ஒன்று சேர்ந்து ஆகும் பெரிய சுவரொட்டி அது. வினாயகா

ஸ்டூடியோ இன்னும் மூன்று நாட்களில் வெளியிட இருக்கும் ஹிந்திப் படத்துக்கான விசேஷச் சுவரொட்டி.

'இவ்வளவு லேட்டா இந்தப் போஸ்டரை அனுப்பிச்சா எவன் ஒட்டுவான்?' என்று ராம ஐயங்கார் கேட்டார்.

'இது இரண்டாவது வாரத்திலே போனாப் போதும்னு நீங்க சொன்னீங்க.'

ராம ஐயங்கார் ஒரு கணம்தான் தரைமீது பரப்பிவைத்த அந்த வர்ணக் காகிதங்களைப் பார்த்தார். 'நீ அப்ரூவல்ன்றே, இது பைனல்னா?'

சதாசிவம் பதில் சொல்லவில்லை.

'மராட்டா மந்திர் கிந்திர்னு போட்டிருக்கு, இது வேறு சென்டர்க்கெல்லாம் இல்லையா?'

'இது பாம்பேக்கு மட்டும், சார். தியேட்டர் பெயர் எதுவும் போடாதபடி வேறே இருக்கு.'

'சரி, சரி. இது எப்போ போய்ச் சேரும்?'

'பாம்பே சர்க்யூட்டுக்கு நானே நாளைக்கு எடுத்திண்டு போறேன், சார். டில்லி, கல்கட்டாக்கெல்லாம் ஏர் ஃபிரயிட்லே அனுப்பப்போறேன், சார்.'

'பாம்பே, டில்லி, கல்கட்டா மூன்று இடத்துக்கும் டிரங்க் புக் பண்ணி வை. நான் ராத்திரி பேசறேன்.'

'நானே புக் பண்ணி வைச்சிருக்கேன், சார். உலகத் தமிழ் மகாநாட்டு டேப்ளூஸ் பில்ஸ் கொஞ்சம் பாஸ் பண்ணலை...'

'எல்லாம் அடுத்த வாரம்தான்.'

சதாசிவம் போனவுடன் பண்டிட்ஜி கடைசிக் கதவையும் சாத்தினார். திரையில் எட்டு, ஆறு, நாலு என்ற எண்கள் வந்து தெரிந்து மறைந்தன. அடுத்து சலங்கை தரித்த கால்கள் உதறிக்கொண்டன. ஜயசந்திரிகாவின் நடனத்துடன் படம் ஆரம்பமாயிற்று. படத்தில் பல இடங்களில படமெடுப்பு நடைபெறாததால் பாட்டு மட்டும் வந்து திரை கறுப்பாக இருக்கும். சில இடங்களில் மறு ஒலிப்பதிவு செய்யப்படாததால் பேச்சொலியே இராது. ராம ஐயங்கார் துளியும் கவனம் பிசகாமல் படத்தையே பார்த்தார். மணிமுடி நாற்காலியில் அடிக்கடி

அசைந்து கொடுத்துக்கொண்டு படத்தைப் பார்த்தார். பண்டிட்ஜி படத்தைவிடத் தன் முதலாளியின் முகபாவ மாறுதல்களை அதிகம் பார்த்தார். அரை மணிக்கொருமுறை ஆபரேட்டர் புரொஜக்டரில் ஓடின ரீல்களைக் கழட்டி அடுத்த ரீல்களை மாட்ட விளக்கைப் போட்டார். ராம ஐயங்கார் ஒரு வார்த்தை பேசவில்லை. இரண்டு மணி நேரத்தில் படம் எடுக்கப்பட்ட வரை காண்பித்தாயிற்று. தியேட்டர் உள் விளக்குகள் எரிந்தன. பண்டிட்ஜி கதவைத் திறக்கவில்லை. ராம ஐயங்கார் சொன்னார், 'மிஸ்டர் மணிமுடி, நீங்க வேண்டும்னா நாளை நாளன்னிக்குக்கூட ஒரு புரொஜக்ஷன் ஏற்பாடு பண்ணிண்டு படத்தைப் பார்க்கலாம். அடுத்த வாரம் டிஸ்கஷன் வைச்சிண்டு வேலையை ஆரம்பிக்கணும். இப்போ எனக்குப் பத்து நிமிஷம் டைம் இருக்கு. நீங்க ஏதாவது சொல்ல இருக்கா?'

மணிமுடி தயங்கினார். பிறகு பேசினார், 'இது கதையே புரியலிங்களே, இல்லையா?'

ராம ஐயங்காருக்குப் புரியவில்லை. 'என்ன புரியல்லேன்றீங்க?' என்று கேட்டார்.

'ரொம்ப கிளாஸ் ஆடியன்ஸ் படமாத்தான் இதுவரை இருக்குது.'

'அதைச் சொல்றீங்களா? இதை எடுத்தவரு தெலுங்கர், கதை எழுதியவர் தெலுங்கர். டைரக்ட் பண்ணினவரும் தெலுங்கர். போறாதுக்கு கம்யூனிஸ்ட்.'

'ஆமாங்க, ஆமாங்க. அப்படித்தான் இருக்குது.'

'வர வாரம் பேசுவோம். நீங்க ஒரு டிரீட்மெண்ட் தயார் பண்ணி வையுங்க.'

பண்டிட்ஜி பாய்ந்து சென்று கதவைத் திறந்தார். ராம ஐயங்கார் தன் அறைக்குச் சென்றார். சேஷாத்திரியைக் கூப்பிட்டு, 'வீட்டிலேந்து மாமா போன் பண்ணினாரா?' என்று கேட்டார்.

'இல்லை, சார். 'ஷமா' மாகசீன் எடிட்டர்தான் போன் பண்ணினார். ஸ்பெஷல் இன்டர்வியூ முடியுமான்னு கேட்டார். ஹோட்டல் இண்டியாவிலே தங்கியிருக்கார் அவர்.'

'ஷமா டில்லிதானே?'

'ஆமாம்.'

'இப்போ கூப்பிட்டு அரை மணியிலே வரமுடியுமான்னு கேளு. எனக்கு ஏழரை மணிக்கு டிரைவர் வேணும்.'

'புரோகிராமுக்குச் சொல்லிடறேன், சார்.'

'அந்த எடிட்டர் பேர் என்ன?'

'நஸீப். எஸ். என். நஸீப்.'

நஸீப் கால் மணி நேரத்திலேயே வந்துவிட்டார். டை, கோட்டெல்லாம் அணிந்துகொண்டிருந்தார். 'குட் ஈவினிங், மிஸ்டர் ராம ஐயங்கார்,' என்றார்.

'ஆயியே,' என்று ராம ஐயங்கார் சொன்னார்.

'அட, உங்களுக்கு ஹிந்தி கூடத் தெரியுமா?' என்று நஸீப் ஆச்சரியப்பட்டுக் கொண்டார்.

'நான் ஹிந்திப் படங்கள் எடுக்கிறேனல்லவா,' என்று ராம ஐயங்கார் சொன்னார்.

'நிஜம், நிஜம்,' என்று நஸீப் ஒத்துக்கொண்டார். பிறகு, 'முப்பது லட்சம் செலவில் படம் எடுத்து வெளியிடுகிறீர்கள், ஷமா போன்ற கலைப்பத்திரிகையில் ஒரு பக்கம் மட்டும் விளம்பரம் செய்கிறீர்களே?' என்று கேட்டார்.

ராம ஐயங்கார் சிரித்துக்கொண்டார். 'நீங்கள் எங்கள் டில்லி விநியோகஸ்தரிடம் தொடர்புகொண்டீர்களா?' என்று கேட்டார்.

'யாரு? குட்லக் பிக்சர்ஸ். அவருக்கு எங்களை நன்றாகத் தெரியும். அவர் சொல்கிறார், விளம்பரக் காம்பெயினை நீங்களே நேரிடையாகச் செய்வதாக.'

'அப்படியா சொன்னார்கள்?' என்று ராம ஐயங்கார் சிரித்துக்கொண்டு கேட்டார்.

'சரி, நாம் வியாபாரம் மட்டும்தானா இப்போது பேசப் போகிறோம்?' என்று கேட்டார்.

'இல்லை இல்லை,' என்றார் நஸீப். பேட்டி தொடர்ந்தது. ராம ஐயங்காருக்கு ஐம்பத்தாறு வயது. ஒரு பெண், ஒரு பிள்ளை. இருபது வருஷமாகச் சினிமாத்துறையில் இருக்கிறார். பதினைந்து தமிழ்ப் படங்கள் ஆயிற்று. இது மூன்றாவது ஹிந்திப்படம். முப்பது

கரைந்த நிழல்கள் 131

லட்சமல்ல, நாற்பது லட்சம் போடப்பட்டிருக்கிறது. வெறும் கறுப்பு – வெளுப்பு படத்திற்குத்தான் அவ்வளவு ஆகியிருக்கிறது. இனி கலர்ப்படங்களே எடுக்கப் போகிறார். அதற்காகப் புது ஃப்ளோர் கட்டிக்கொண்டிருக்கிறார். அடுத்த ஆண்டு தமிழ் – ஹிந்தி இரு மொழிகளிலும் ஒரு கலர்ப் படத்திற்குத் திட்டம் போட்டிருக்கிறார். நடுவில் ஒரு சின்னத் தமிழ்ப் படம் உண்டு. இந்தக் காலத்தில் ராம ஐயங்கார் போன்ற தயாரிப்பாளர்களுக்கு ஹிந்திப் படம், தமிழ்ப் படம் இரண்டிற்கும் ஒரே மாதிரிதான் செலவு அதிகமாக ஆகிறது. சொல்லப் போனால் ஹிந்திப் படங்கள்தான் கொஞ்சமாவது லாபம் கொண்டுவருகின்றன. தமிழ்ப் படங்கள் மார்க்கெட் ரொம்ப மாறிவிட்டது. யாரோ தனித்தனித் தயாரிப்பாளர்கள் எடுப்பதுதான் அமோகமாக ஓடுகின்றன. பெரிய ஸ்டூடியோ அல்லது தயாரிப்பாளர்கள் எடுப்பது பெரிய வெற்றி பெறுவதில்லை. தமிழ் நடிகர்கள் உள்ளூரிலேயே இருப்பதால் நான்கு படப்பிடிப்புக்கு ஒத்துக் கொண்டு இரண்டைக் கூடச் சரியாக முடித்துத் தருவது கிடையாது. ஹிந்தி நடிகர்கள் சென்னைக்கு என்று வந்துவிட்டால் வந்திருக்கும் நாட்களில் அவர்களுக்கு வேறு ஜோலி கிடையாது. வேலை சரியாக முடிந்துவிடுகிறது. இனிமேல் பெரிய ஸ்டூடியோக்கள் ஹிந்திப்படம் எடுக்காவிட்டால் இருக்கும் நிலைமையில் அதிக நாள் தாக்குப்பிடிக்க முடியாது . . .

டெலிபோன் மணி அடித்தது. இன்னொரு முறையும் அடித்தது. சேஷாத்திரி எங்கேயோ வெளியே போயிருக்க வேண்டும். ராம ஐயங்கார் போனை எடுத்துக் கொண்டு, ‘ஹலோ,’ என்றார். பிறகு, ‘டிரங்க் கால் ஃபிரம் பாம்பே? எஸ். ராம ஐயங்கார் ஸ்பீகிங்,’ என்றார். டிரங்க் கால் பேசத் தொடங்கிய உடனேயே ராம ஐயங்கார் முகம் கறுத்தது. பம்பாயில் முன்பு சிவசேனைக்காரர்கள் தமிழ்ப் படங்கள்தான் வெளியிடப்படக் கூடாது என்று கோஷம் போட்டுக்கொண்டிருந்தார்கள். இப்போது தமிழ்நாட்டிலிருந்து வரும் ஹிந்திப் படங்கள் கூடக் கூடாது என்று ஆர்ப்பாட்டம் ஆரம்பித்துவிட்டார்கள். ராம ஐயங்காரின் ஹிந்திப் படத்திற்கான பிரம்மாண்டமான விளம்பரங்கள் எல்லாம் அரைமணியில் தவிடுபொடியாகிவிட்டன. ராம ஐயங்காரின் படம் வெள்ளிக் கிழமையன்று திரையிடப்படமாட்டாது. பம்பாயே தீப்பற்றி எரியும் . . .

‘என்ன, மிஸ்டர் ராம ஐயங்கார்? உடம்பு சரியாயிருக்கிறீர்களா?’ என்று நஸீப் கேட்டார்.

ராம ஐயங்கார் சொன்னார், 'தயவு செய்து நீங்கள் என் பேட்டியைப் பிரசுரிக்காதீர்கள்.'

'ஏன்? ஏன்?'

'நாளைக்குப் பேப்பரில் எல்லாம் வரும்.'

சேஷாத்திரி ஓடி வந்தான். ராம ஐயங்கார் கையை உயர்த்தினார். சேஷாத்திரி கட்டுப்படுத்திக்கொண்டான். ராம ஐயங்கார் சொன்னார், 'நான் டிரைவருக்குச் சொன்னேனே, இப்பவே வரச்சொல்லு,' என்று.

சேஷாத்திரி வெளியே விரைந்தான்.

ஒன்பது

வயல்களும் வெற்றிடங்களும் தோட்டங்களு மாக இருந்த பல மைல் சுற்று வட்டாரத்திற்கு அந்த ஒரு விளக்குதான் எரிந்துகொண்டிருந்தது. அது பெரிய குல்லாய் பொருத்தப்பட்ட மேஜை விளக்கானபடியால் அந்த அறையில்கூட வெளிச்சம் அதிகம் இல்லை. ஒரு நிமிஷத்திற்கு ஒரு ஆகாய விமானம் சிவப்பு பச்சை விளக்குகளை மாற்றிமாற்றி ஏற்றி அணைத்துக் கொண்டு பறந்துசென்றது தெரிந்தது. அதையடுத்து வெகு தூரத்திற்கப்பால் இருப்புப் பாதையில் மின்சார இஞ்சின் பூட்டிய ரயில் ஒரு அருவி போன்ற சப்தமெழுப்பி உச்சநிலை யடைந்து தணிந்துவந்த சுவடே தெரியாமல் போய்விட்டது. அதுவும் அடங்கிப் பல நிமிஷங்கள் ஆனபின் சாலையில் ஒன்றிரண்டு பேச்சுக் குரல்கள் கேட்டன. காவல்காரன் வேலி கேட்டின் இரு கதவுகளையும் திறக்க அதிகப் புழக்கத்தில் இல்லாத எண்ணெயிடப்படாத அந்த கேட்டுகள் மீண்டும் உரக்க முனகிக்கொண்டே திறந்தன. ஒரு காரின் முகப்பு விளக்குகள் ஜன்னல் வழியாக அந்த அறைக்குள் பாய்ந்து விழுந்தன. வெளியே கார் அப்படியே திரும்ப, அறைக்குள் விழுந்த வெளிச்சக் கதிர்கள் மின்னலாகப் பக்கவாட்டில் விரைந்து வெளியே போய்விட்டன. கண்கள் கூச ஆரம்பித்து அடங்குவதற்குள் அறைக்கதவைத் திறந்துகொண்டு தன் தகப்பனார் நிற்பதைப் பாச்சா பார்த்தான். 'யார் சொன்னார்கள் நான் இங்கே இருக்கிறேன் என்று?' என்று ஆங்கிலத்தில் கேட்டான்.

‘ஒரு யூகம்தான்,’ என்று ராம ஐயங்காரும் ஆங்கிலத்திலேயே பதில் சொன்னார்.

‘இந்த இடம் நம்மிரண்டு பேருக்கும் போதுமான அளவு பெரிதல்ல,’ என்று சொல்லிக்கொண்டு பாச்சா எழுந்தான்.

‘போகாதே, போகாதே. உன்னைப் பார்க்கவேண்டுமென்று தான் இருபது மைல் காரோட்டிக் கொண்டு வந்திருக்கிறேன்,’ என்று ராம ஐயங்கார் சொன்னார்.

‘என்னை எதற்குப் பார்க்க வேண்டும்?’

‘உன்னோடு பேசவேண்டும்.’

‘அப்போது நான் கட்டாயம் வெளியே போய்விட வேண்டும்.’ பாச்சா எழுந்து, தடமாடி நடக்கவும் ஆரம்பித்தான்.

‘போகாதே, தயவுசெய்து போகாதே.’

பாச்சா அப்படியே நின்று தன் தகப்பனாரை உற்றுப் பார்த்தான். அறையிலே இருந்த அந்த வெளிச்சத்தில் அவர் முகம் வெறும் நிழல்போலதான் தெரிந்தது.

‘சரி.’ அவன் பின்வாங்கித் தன் நாற்காலியில் விழுந்தான்.

‘அறை விளக்கைப் போடலாமா?’ என்று ராம ஐயங்கார் கேட்டார்.

‘உங்களுக்கு அவசியம் என்று தோன்றினால் எனக்கு ஆட்சேபணை இல்லை.’

ராம ஐயங்கார் கை நீட்டி ஒரு ஸ்விட்சைத் தள்ளினார். இரண்டு முறை எரியத் தொடங்கி, அணைந்து, பிறகு தீர்மானமாக ஒரு குழாய்விளக்கு எரிய ஆரம்பித்தது.

‘வேறு யாருமில்லையே?’ என்று ராம ஐயங்கார் தமிழில் கேட்டார். அந்த அறைக்கு அவர் நுழைந்ததைத் தவிர இன்னும் இரு கதவு நிலைகள் இருந்தன.

‘யாரும் எந்த நிலையிலும் இல்லை. வேண்டுமானால் போய்ப் பரிசோதனை செய்துவிட்டு வாருங்கள். பாத்ரூமையும் எட்டிப்பார்த்துவிட்டு வாருங்கள்.’

‘வேண்டாம், நீ சொன்னால் போதும்.’ ராம ஐயங்கார் இன்னொரு சோபாவில் உட்கார்ந்துகொண்டார்.

'என்ன?' என்றான் பாச்சா.

ராம ஐயங்காரின் முகத்தில் பெரும் பளு தோன்றிற்று. 'நீ தனியே குடிக்கக்கூடாது,' என்றார்.

பாச்சா உடனே எழுந்தான். 'இதைச் சொல்வதற்கா வந்தீர்கள்! இனிமேல் நான் கட்டாயம் போயாக வேண்டும்.'

'இல்லை, இல்லை. இதைச் சொல்வதற்கு நான் வரவில்லை. போகாதே. தயவுசெய்து போகாதே.'

பாச்சா மறுபடியும் நாற்காலியில் விழுந்தான். இப்போது அவன் முகத்தில் முதலில் இருந்த வேகம் இல்லை. அவனுக்கு இனி கோபம் சிறிது தாமதித்துதான் வரும் என்று தோன்றிற்று. 'ஆரம்பியுங்கள் என் பிரியமுள்ள தகப்பனாரே,' என்றான்.

'பழக்கம் விட்டுப்போன செயல்களில் சிறிது தடுமாற்றம் தவறுதல் இருக்கலாம். என்ன இருந்தாலும் நான் உன் தகப்பனார்.'

'ஒத்துக்கொண்டாயிற்று.'

'அதனால்தான் என்ன பேச ஆரம்பித்தாலும் அது எரிச்சலூட்டக் கூடியதாகவே இருந்துவிடுகிறது.'

'அது உங்களுடைய விசேஷ உரிமை.'

'இருக்கலாம். யார் முதலில் பேச வருகிறானோ அவனுக்கு இந்தப் பழி வந்துவிடுகிறது.'

அலுத்துப் போனவன் மாதிரி பாச்சா தலையை இருமுறை ஆட்டினான். 'நீங்கள் என்ன சொல்ல வந்தீர்களோ அதைச் சொல்கிறீர்களா, தயவுசெய்து?'

இது ராம ஐயங்காருக்கு மிகவும் தேவைப்பட்டது. நன்றாக விழிப்பு வந்த மாதிரி நிமிர்ந்து உட்கார்ந்து கொண்டார். 'சொல்லி விடுகிறேன், இன்றைக்கு முற்பகலில் கூட எனக்குத் தலை சுற்றல் வந்தது. இப்போதெல்லாம் அதை அலட்சியப்படுத்த முடியவில்லை.'

பாச்சா கேட்டுக்கொண்டிருந்தான்.

'உன்னிடம்தான் இதைச் சொல்கிறேன். எனக்குப் பயமாக இருக்கிறது.'

'டாக்டர்கள் கவனிக்கவேண்டியது.'

'ஒரு அளவுக்கு. ஒரு அளவுக்குத்தான். எனக்கு இப்போது ஒத்தாசை தேவைப்படுகிறது. துணை வேண்டியிருக்கிறது.'

'ராம ஐயங்கார் திரை உலகின் முடிசூடாச் சக்ரவர்த்தி என்றெல்லாம் கூறுகிறார்கள். நீர் எதற்கோ அடிக்கல் நாட்டினால் ஜனாதிபதி வாழ்த்து அனுப்புகிறார். நாட்டின் பிரமுகர்கள், மந்திரிகள், பத்திரிகைகள், அரசாங்கம், போலீஸ் இவ்வளவையும் இருந்த இடத்திலிருந்து ஆட்டிவைக்கக் கூடிய மிஸ்டர் ஐயங்காருக்கா ஒத்தாசை வேண்டும்!'

'நீ சம்பந்தமில்லாதவைகளைச் சொல்கிறாய். எவனும் முப்பது நாற்பது வருஷம் உழைத்து, தொழில் நடத்திச் சிறிது வெற்றியும் கண்டானானால் நீ சொல்கிறதில் ஒரு பங்காவது தானே வந்துசேரும். ஆனால் அது எல்லாம் ஒத்தாசையல்ல.'

'இது விஷயத்தில் உங்களுடைய கருத்து புது மாதிரியாக இருக்கிறது ... நீங்கள் பொருட்படுத்தமாட்டீர்கள் என்று நம்புகிறேன் ...' பாச்சா ஒரு சிகரெட்டை எடுத்துப் பற்ற வைத்துக் கொண்டான்.

'சில சமயங்களில் நான் நிராதரவாக நிற்கறேன்.'

'பத்தாயிரம் இருபதாயிரம் கொடுத்து வக்கீல்கள், ஆடிட்டர்கள் வைத்துக்கொண்டிருக்கிறீர்கள். ஆயிரம் இரண்டாயிரம் கொடுத்துப் பெரிய அதிகாரிகள் வைத்துக் கொண்டிருக்கிறீர்கள்.'

'மறுபடியும் நீ சம்பந்தமில்லாததைத்தான் சொல்கிறாய்... இதோ ஒரு மணி நேரம் முன்னால்கூட ஒரு சின்ன விஷயத்தில் என்ன செய்வதென்று தெரியாமல் நின்றேன். 'தவுலத்' அடுத்த வெள்ளிக்கிழமை ரிலீஸ் ஆக வேண்டியது நின்றுவிட்டது.'

'தவுலத் – உங்களுடைய புரொடக்ஷன் நம்பர் முப்பத்தி மூன்று. சரிதானே?'

'நீ ஞாபகம் வைத்துக்கொண்டிருக்கிறாய் ... எனக்கு அது நிறையச் சிக்கல்கள் தரக்கூடும்.'

'ஏன்? அப்படி என்ன பிரளயம் வந்துவிட்டது?'

'என்னால் அதை பம்பாய் சர்க்யூட்டில் வெளியிட முடியாது. அநேகமாக அந்த மாகாணம் முழுக்க சென்னைப் படங்களை ஒழித்துக் கட்டிவிட ஆர்ப்பாட்டம் நடந்துகொண்டிருக்கிறது. இது வேறு இடங்களுக்கும் பரவி விட்டால் எங்கள் வியாபாரத்தை மாற்றி அமைத்துக்கொள்ளவேண்டும்.'

'அப்படியா! நான் பத்துப் பதினைந்து தினங்கள் முன்னால் தான் அப்படி ஏதாவது நடக்கக் கூடுமோ என்று நினைத்தேன்.'

'நீகூட சினிமாபற்றி நினைக்கிறதுண்டா?'

'சினிமா என்று இல்லை. நான்கு தடவை என் காரை நிறுத்தி சாக்கட்டில் 'இந்தி ஒழிக' என்றெல்லாம் கிறுக்கினார்கள். ஒரு ரவுடி ஆணியாலேயே இதை எழுதினான். இங்கே இந்தி வேண்டாமென்றால் இந்திக்காரனுக்கு மட்டும் அப்படி என்ன தலையெழுத்து, உங்கள் குப்பைகளைப் பார்த்து உங்களுக்குப் பணம் கொட்டித் தரவேண்டுமென்று?'

'என் நிலையிலிருந்து உன்னால் இதைப் பார்க்க முடியாது.'

'எதற்குப் பார்க்க வேண்டும்? நீங்கள் நாயல்ல.'

'நீ சொல்வது சரிதான்.' ராம ஐயங்கார் அடங்கிப் போனவராக இருந்தார்.

'ஒன்று வேண்டுமானால் செய்யலாம்,' என்று பாச்சா சொன்னான்.

'என்ன?'

'இந்த மாதிரிச் சந்தர்ப்பங்களில்கூட உம் பணத்தினால் ஆக முடியாதது ஒன்றுமில்லை. இப்போது பம்பாயில் மட்டும்தானே தகராறு? அந்தப் பிராந்தியத்திற்கு நீங்கள் ஏதாவது செய்யலாம்.'

'என்னால் இப்போது திடீரென்று அங்கே போய் ஒரு அனாதாசிரமம் கட்டிக்கொண்டிருக்க முடியுமா?'

'நீங்கள் கட்ட வேண்டாம். ஆனால் கட்டுவதற்காகப் பணம் தரலாம். ஏன்? போன மாசம்தானே அங்கே எங்கேயோ ஒரு பெரிய பூகம்பம் நடந்தது? லட்ச ரூபாய் தருவதாகச் சொல்லுங்கள். உங்களை ஊர்வலம் நடத்தி வரவேற்பார்கள்.'

'அதற்குத்தான்! அதற்குத்தான்!' என்று ராம ஐயங்கார் சொன்னார். 'இது எனக்குத் தோன்றவில்லை. அதற்குத்தான் நீ என் கூடவே இருக்கவேண்டுமென்பது. என் மகனே...'

'ரொம்பவும் மிகை நாடகமாக்காதீர்கள். உங்களுக்கு நான் ஒருவன்தானா மகன்? எவ்வளவு பேர்? எல்லாரும் அடுத்து அடுத்து கோர்ட்டில் அல்லவா நிரூபித்துக் கொள்கிறார்கள்!'

'வாயை மூடு!'

பாச்சா எழுந்தான். 'இதற்குத்தான் சொன்னேன், இந்த இடம் நம்மிருவருக்கும் போதாது என்று. உயிரியல்படி நான் உங்கள்

மகன். என்னால் அவ்வளவு வரைதான் உங்கள் மகனாக இருக்க முடியும் போலிருக்கிறது.' பாச்சா கோணல்மாணலாகத் தொங்கிக் கிடந்த தன் ஷர்ட்டை ஒரு நொடியில் பாண்ட் இடுப்பில் சொருகிக்கொண்டான். பிறகு தடுமாறிய வண்ணம் கதவுப் பக்கம் நகர்ந்தான்.

'பாச்சா,' என்று ராம ஐயங்கார் கூப்பிட்டார். 'போகாதே,' என்று தமிழில் சொன்னார். மீண்டும் ஆங்கிலத்தில், 'போகாதே. தயவுசெய்து போகாதே,' என்றார்.

'நான் போகாமல் இருப்பதால் ஏதாவது பிரயோசனம் உண்டா? நாம் ஒருவரை ஒருவர் இன்னமும் குத்திக் குதறிக் கொண்டுதான் இருப்போம்.'

'நான் எதிர்பார்த்துத்தான் வந்தேன். என் வயதில், என் நிலையில் நான் சில விஷயங்களைத் தள்ளிப்போட முடியாது. எனக்குப் பணத்தின்மேல் அமோக வெறி இருக்கலாம். ஆனால் அந்த அளவுக்கு என் மனைவி மக்கள் மீதும் ஆசை உண்டு.'

பாச்சா தோளைத் தூக்கி உதட்டைப் பிதுக்கினான்.

'எனக்கு இதுதான் மிகவும் கஷ்டமாகிப் போய்விடுகிறது. உங்களுக்கெல்லாம் என்மேல் சரியாகக் கோபித்துக் கொண்டு சரியாகச் சண்டை போடக்கூடத் தெரியவில்லை, அல்லது சண்டை போட விருப்பமில்லை. நழுவிக்கொண்டு நழுவிக்கொண்டு போய்விடுகிறீர்கள். நீ, உங்கம்மா, உன் தங்கை எல்லோருமே தான். நான் எதற்கும் ஒதுங்கிப்போய்விடுவதில்லை. என்னால் முடியாது. அதனால்தான் ஐந்து வேறுவேறு மாதிரி இருக்கும் குழந்தைகளைக் காட்டி இதெல்லாம் உங்களுக்குப் பிறந்ததுதான் என்று தெருவில் வரும் தேவடியாளைக் கூடக் கோர்ட்டுக்கே வந்துவிடச் சொல்லிவிடுகிறேன்.'

'கோர்ட்டு உங்களுக்காக எவ்வளவு எல்லாம் சலுகை காட்டிவிடுகிறது? நீங்கள் கூண்டில் ஏறவேண்டிய நாளில் அறையில் எல்லோரையும் வெளியே அப்புறப்படுத்திவிடுகிறார்கள்.'

'இதெல்லாம் நானே உன்னிடமும் உங்கம்மாவிடமும் சொல்லிக்கொள்வேன். ஆனால் நீங்கள் என்னை நெருங்கினால் தானே?'

'நீங்கள் ஒன்றை விரும்பலாம். ஆனால் அது உங்களுக்குத் தேவைப்படுவதாக இல்லை. தேவைப்படுவது என்றால் ஒன்றும் எட்டிப்போவதில்லை.'

கரைந்த நிழல்கள்

'இன்று உன்னால் எதையும் பொதுப்படுத்திப் பேச முடிகிறது. இதெல்லாம் வார்த்தைகள். வெறும் வார்த்தைகள்.'

'நீங்கள் காரணம் கேட்ட மாதிரி தோன்றியது. சொன்னேன். நீங்கள்தானே பேச வந்தது?'

ராம ஐயங்கார் சிறிதுநேரம் பேசாமல் இருந்தார். பிறகு சொன்னார். 'நான் சில விஷயங்களை இன்னமும் ஒத்திப் போட முடியாது. உங்களுடைய ஒத்துழைப்பு இருந்தாலும் இல்லாது போனாலும், பணமும் சொத்தும் சில தவிர்க்க முடியாத பொறுப்புகளைத் தந்துவிடுகின்றன. மன அமைப்பிலேயே, கண்ணோட்டத்திலேயே உங்களுக்கும் எனக்கும் இணைக்க முடியாத வித்தியாசம் இருக்கிறது. அது பெரிய துரதிர்ஷ்டம். யாருக்கு என்று இந்த இரவில் தீர்மானமாகத் தெரியாது...'

'ஒரு திருத்தம்.'

'துரதிர்ஷ்டம் பற்றி...'

'அல்ல. நான் முன்பு சொன்னேனே, அரசாங்கத்தை இருந்த இடத்திலிருந்து ஆட்டிவைக்க முடிகிறது உங்களால் என்று. ஒரு விஷயத்தை மறந்துவிட்டிருந்தேன்.'

'அதனால் என்ன? நீ நிறைய மறந்துவிடுகிறாய்.'

'நீங்கள் மறக்க முடியாது. பாவம், உம் மேல் அவதூறு பரவ வேண்டாம் என்று மாஜிஸ்டிரேட் வேண்டுமானால் கோர்ட்டைக் காலிசெய்து வைக்கலாம். ஆனால் நீங்கள் கறுப்புப் பணத்தை ஒப்படைக்கப் போனபோது ஒரு நானூறு ரூபாய் இன்கம் டாக்ஸ் ஆபீஸர் இரண்டு மணி நேரம் காக்க வைத்துவிட்டானல்லவா?'

ராம ஐயங்கார், 'உன்னை வைத்துக்கொண்டு நான் என்ன செய்வது?' என்கிற மாதிரியில் நாற்காலியில் நன்றாகச் சாய்ந்துகொண்டார். பாச்சா இன்னொரு சிகரெட் பற்ற வைத்துக்கொண்டான். 'அவ்வளவுதான் போலிருக்கிறது,' என்று சொல்லிவிட்டு ராம ஐயங்கார் எழுந்திருந்தார். கதவருகே போனவர் நின்று, திரும்பி, பாச்சாவை நோக்கி ஓரடி முன் வைத்தார்.

'பணம், பணத்தினால் வாங்கக்கூடிய வாழ்க்கை – இந்த இரண்டிற்கும் நீ சபலமில்லாமல் மீண்டு வளர்ந்தது பற்றி எனக்கு உன்மேல் மதிப்புண்டு. ஆனால் உனக்கு எவ்வளவோ விஷயங்கள் பற்றி அபிப்பிராயம் சொல்லக்கூடப் போதிய அறிவு கிடையாது என்று எனக்குத் தெரியும். உனக்குத் தெரியவில்லை.

ஆனால் எல்லாவற்றையும் கரை கண்டவன் என்ற நினைப்புதான் உனக்கு இருக்கிறது. மிகச் சாதாரணமான ஒன்றைப்பற்றி உனக்குச் சரியான மதிப்பீடு கிடையாது. உனக்குப் பணத்தின் மதிப்பே தெரியாது. ஒவ்வொரு தம்படியும் எவ்வளவு நேர உழைப்பு, எவ்வளவு தீவிரமான உழைப்பு என்று எனக்குத் தெரியும். உனக்குப் பணத்தின் மதிப்பே தெரியாது. ஒவ்வொரு தம்படியும் எவ்வளவு நேர உழைப்பு, எவ்வளவு தீவிரமான உழைப்பு என்று எனக்குத் தெரியும். உனக்குப் பணத்தின் தேவையே கிடையாது என்று எண்ணிக்கொண்டு இங்கே என் எஸ்டேட்டில், என் காரை எடுத்துக்கொண்டு வந்து, என் பணத்தை வைத்துக்கொண்டு குடித்து விழுந்து கிடக்கிறாய். நான் வாழ்க்கையை ஆரம்பித்தபோது எனக்கு என் மூளை ஒன்றுதான் இருந்தது. உனக்கு என் மூளை இருக்கிறது. கூட ஒரு சிறு சாம்ராஜ்யம் இருக்கிறது. எனக்கு இருபது வருஷம் முப்பது வருஷம் உழைத்து எட்டிப் பிடிக்க முடிந்த ஒரு நிலை உனக்கு உன் பிரக்ஞையில்லாமலேயே கொடுக்கப்பட்டிருக்கிறது. நீ என்னோடும் சேராமல், குடும்பத்தோடும் சேராமல் வேறு யாருடனும் சேராமல் இங்கே வந்து அரை இருட்டில் அரை நினைவில் கிடப்பது ஏதோ பெரிய சாதனை என்று நினைத்துக் கொண்டிருக்கிறாய். நான் இதைச் சொல்லமுடியும். இது சாதனையே அல்ல. நீ மனிதர்களைப் பார்த்துப் பேச நிற்காமல் நழுவிவிடுவது உனக்கு அவர்களின் தேவை இல்லை என்பதனால் இல்லை. நீ பேசப் பேச உன் அந்தரங்க நிலைமை சிறிதளவாவது வெளிப்பட்டுவிடும். உனக்கு உன்னைப்பற்றி நிர்ணயம் கிடையாது. அப்படியிருந்தாலும் அது நீ பெருமை கொள்ளும்படி இல்லை. அதுதான் நீ மனிதர்களைக் கண்டு தூரப்போவதின் காரணம். பணம் பற்றி. பணம் ஒருவழிப் பாதை அல்ல. அது உனக்குத் தெரியும். உனக்கு வாங்கிக்கொள்ளத் தெரியும். திருப்பித் தரத் தெரியாது. ஒரு ஒப்பந்தத்தையும் காப்பாற்றத் தெரியாது. ஒப்பந்தங்களைக் காப்பாற்ற வேண்டிய குணம் உன்னிடம் கிடையாது. நீ என்னைத் தராசிலிட்டுப் பேசுகிறாய், நீ பேசுவது எனக்கு வருத்தத்தைத் தரவில்லை. ஆனால் என்னைத் தராசிலிட்டு, தவறான மதிப்பீடுகள் வைத்து நீ சிந்தனை செய்கிறாய். என்னைப்பற்றி நினைக்கும்போதெல்லாம் இந்த வக்கிரப்பட்ட சிந்தனை ஓட்டம்தான் இருக்கும். இதே பின்னப்பட்ட ஓட்டம்தான் மற்றெலலாவற்றிற்கும். நீ எனக்கு நாணயம் பற்றிச் சொல்கிறாய். எனக்கு ஐம்பத்தொன்பது வயதாகிறது. அதில் புதிர் போன்றது, புதைந்துபோனது என்று துளியும் கிடையாது. எல்லாம் அப்பட்டம். நான் ஆள்களைச் சரிக்கட்டி வைத்தால் என்ன, இருபது கூத்தியார்களை வைத்துக்

கொண்டால் என்ன? நான் துரும்பு பெற்றாலும் அதற்குரிய கட்டணம் கொடுத்துவிடுகிறேன். யாரையும் என்னிடம் ஏமாற்றம் அடைய விடுவதில்லை. அது எங்கள் தலைமுறை. அந்தத் தலைமுறையில் சிக்கெடுத்துப் போகும் புத்தி கிடையாது. பொறுப்புகளைக் கண்டு நாங்கள் ஓடிப்போனது கிடையாது. வாக்குறுதிகள் தர வேண்டியிருப்பதற்காகச் சமூகத்தினின்றே ஒளிந்துகொண்டு இருந்தது கிடையாது. உன் புத்தி, உன்னைப் போன்றவரின் புத்திதான் விநோதமாக இருக்கிறது. அந்தப் புத்தி இன்றிருப்பது எல்லாம் அப்படியே என்றைக்கும் இருக்கும் என்கிற நிச்சயத்தில் உழல்கிறது. ஆனால் ஒவ்வொரு நாளிலும் எவ்வளவோ விஷயங்கள் அப்படியே அழிந்துபோய்விடுகின்றன. இதோ இந்த இரண்டு மணி நேரம் உன்னை என்னோடு சேர்த்துக்கொண்டு போவதற்காக நான் மன்றாடிக் கொண்டிருக்கும் வேளையில் எவ்வளவோ விஷயங்கள், எவ்வளவோ பொருள்கள் என் கையை விட்டுப் போய்க் கொண்டிருக்கின்றன. போவதை ஈடுகட்டுவதற்கு வேறு பல பெறவேண்டும். இதை நான் முதலிலிருந்து செய்தேன். இதைத்தான் நான் திட்டமிட்டுச் செய்தேன். இதை நான் உனக்குச் சொல்கிறேன். இப்போது உன்னிடமுள்ளதைப் பெருக்க முயற்சி செய்யாவிட்டாலும் பாதுகாக்கப் பிரயத்தனம் எடுத்துக்கொள்ளாவிட்டாலும் திடீரென்று ஒரு நாளைக்கு இந்தக் கூரை இருக்காது. அந்த வேலி இருக்காது. உனக்கு நான்கு மைல் நடந்துபோய் ரொட்டியும் டீத்தண்ணீரும் வாங்கிவர ஒரு வேலையாள் இருக்கமாட்டான். எதுவும் திடீரென்று மடிவதில்லை. எதுவும் திடீரென்று பிறந்துவிடுவதும் இல்லை. ஒவ்வொருவனுக்கும் ஒரு சாம்ராஜ்யம் பெரிதோ சிறிதோ இருக்கிறது. அதை அவன் விழிப்போடு கைவசம் வைத்துக்கொள்ளத் தவறும் ஒவ்வொரு கணத்திலும் அதன்மீது இருபது படையெடுப்புகள் நிகழ்கின்றன. நீ என்றாவது திவாலாகப் போனால் இதை நினைவு வைத்துக்கொள். நீ ஒரே நாளில் திவாலாகவில்லை.'

ராம ஐயங்கார் வெளியே போகக் கதவைத் திறந்தார். அப்போது மீண்டும் பேசினார். 'நாளை நான் பம்பாய் போகிறேன். அங்கிருந்து டில்லியும் போக வேண்டியிருக்கும். முதலில் ஒரு வார காலம்தான் வெளியூர் போக வேண்டியிருக்குமென்று நினைத்தேன். ஆனால் இப்போது அவ்வளவு நிச்சயமாகச் சொல்ல முடியவில்லை. நீ ஸ்டூடியோ அக்கவுண்டண்டிடம் பத்தாயிரம் வேண்டுமென்று அனுப்பித்த குறிப்பின்மேல் இன்று மாலைதான் கையெழுத்திட்டேன். அவர் செக் எழுதிக்

கொண்டுவரவில்லை. நான் வருவதற்குள் உனக்குப் பணம் தேவையிருந்தால் பணமாகத் தருவார், வாங்கிக்கொள்.'

ராம ஐயங்கார் கதவை மூடிக்கொண்டு அறை வெளியே போனார். அவர் 'டிரைவர்' என்று கூப்பிட்டது பாச்சா காதில் விழுந்தது. 'டிரைவரை அழைத்துக்கொண்டு வந்திருக்கிறார்,' என்று அவன் வாய்க்குள் சொல்லிக்கொண்டான். டிரைவர் எங்காவது தூங்கிக் கொண்டிருக்க வேண்டும். அந்தப் பிரதேசத்தில் குளிர் அதிகமாகத்தான் இருந்தது. ராம ஐயங்கார் வெளியே போகும் சப்தம் கேட்க ஐந்து நிமிஷங்களாவது ஆயின.

பாச்சா எழுந்து நின்று அறை விளக்கை அணைத்தான். மேஜை விளக்கையும் சிறிது தள்ளி வைத்துவிட்டுத் தன் இரு கால்களையும் டீப்பாய்மீது தூக்கிவைத்துக்கொண்டான். பிராந்திப் புட்டியில் கடைசியாக இருந்ததைக் கண்ணாடி தம்ளரில் கவிழ்த்துவிட்டு பிராந்தி அளவுக்குத் தண்ணீரை விட்டுக்கொண்டான். வெகுநேரம் சொடுக்கப்படாத அவன் சிகரெட்டில் சாம்பல் ஏறக்குறைய ஒரு அங்குல நீளத்திற்குத் தொத்திக்கொண்டு நின்றது. பாச்சா அதைக் கண்ணாடித் தம்ளரில் தட்டிவிட்டான். பிறகு சிறிது சிறிதாகத் தம்ளரில் உள்ளதைக் குடித்து முடித்தான். அவனுக்கு மிகவும் பசித்தது. எழுந்து, சுவரைப் பிடித்துத் தடவிக்கொண்ட வண்ணம் அடுத்த அறைக்குச் சென்றான். அங்கே மின்சார விளக்கு இருக்கும். ஆனால் அவன் நெருப்புக்குச்சியைப் பற்றவைத்துக்கொண்டு அந்த வெளிச்சத்தில் கம்பி வலை பொருத்தப்பட்ட ஒரு அலமாரியிலிருந்து ஒரு பொட்டலத்தையும் ஒரு அகலமான வாயுள்ள கண்ணாடி புட்டியையும் எடுத்துக்கொண்டு முன்னறைக்கு வந்தான். காகிதப் பொட்டலத்தில் கடை ரொட்டி இருந்தது. வில்லை வில்லையாக நறுக்கப்பட்டிருந்த அந்த ரொட்டியின் ஓரங்கள் நன்றாக உலர்ந்து, கெட்டியாகப் போயிருந்தன. கண்ணாடி புட்டியில் ஜாம் இருந்தது. பாச்சா முதலில் மெத்தென இருந்த ரொட்டிப் பாகங்களை ஜாம் தடவித் தின்றான். நடுவில் இருமுறை தண்ணீர் குடித்தான். பிறகு உலர்ந்திருந்த பாகங்களையும் ஜாமில் தோய்த்துத் தின்றான் 'அப்பா இந்த ரொட்டியைத் தின்றிருப்பாரோ?' என்று சொல்லிக் கொண்டான். கடைசியாகத் தண்ணீர் குடித்தபோது பெரிய ஏப்பம் வந்தது. அதன் பிறகு காலை டீப்பாய்மீது தூக்கிப் போட்டுக்கொண்டு நாற்காலியிலேயே படுத்திருந்தான். தூக்கம் வந்துவிடும் என்ற

தருணத்தில் வலுக் கட்டாயமாக அதைக் கலைத்துக்கொண்டு எழுந்தான்; வெளியே வந்தான்.

பாச்சா கேட்டருகே வந்தான். அந்தத் தோட்டத்தைச் சுற்றிலும் முள்கம்பி வேலி போட்டிருந்தது. கேட் பொருத்துவதற்கு ஆளுயரத்திற்கு இரு தூண்கள் கட்டியிருந்தார்கள். கேட்டைக் காவல்காரன் பூட்டிவிட்டான்.

பாச்சா காவல்காரனை எழுப்பிச் சாவியைக் கொண்டு வரச் சொல்லலாமா என்று யோசித்தான். அவனுக்குத் தூக்கம் கலைந்துவிட்டது. ஏப்பம்தான் சிறிது அதிகமாகவே வந்து கொண்டிருந்தது. அப்பா வந்துபோனது ஒரு கனவு போல இருந்தது.

பாச்சா பூட்டிய கேட்மீது ஏறினான். ஏறி, தாண்டி, இறங்கி, சாலைப்பக்கம் அடைந்துவிட்டான். மண்சாலை கட்டை வண்டி போயே பல இடங்களில் பட்டுப்போன்ற புழுதியுடையதாக இருந்தது. கிழக்குப் பக்கம் போனால் நடையில்கூட இரண்டு மணிநேரத்தில் தாம்பரத்தை அடைந்துவிடலாம். பாச்சா மேற்கு நோக்கி நடந்தான். வேண்டுமென்றே சாலையில் கோணல் மாணலாக நடந்தான். நிலவு வந்துவிட்டது. பனியும் அதிகமாக இருந்தது. பாச்சா ஷர்ட் காலரை மட்டும் தூக்கிவிட்டுக்கொண்டான். ஒரு சிறு மதகு வந்தது. சாலை இருபுறங்களிலும் அதன் சுவர்கள் வெள்ளையடிக்கப்பட்டுப் பளிச்சென்று இருந்தன. பாச்சா ஒரு சுவரின்மீது உட்கார்ந்துகொண்டான். அவன் கால்கூடச் சரியாகத் தொங்கவிட்டுக் கொள்ள முடியாதபடி அவ்வளவு குட்டைச் சுவராக இருந்தது. பாச்சா சம்மணம் போட்டு உட்கார்ந்தான். பிறகு படுத்தேவிட்டான். அவன் கண் விழித்தபோது சூரியன் உதயமாகி இரண்டு மணிநேரம் ஆகியிருந்தது.

பத்து

வெளியில் எப்போதும் கேட்கும் இரைச்சலை விட அதிகமாகவே கேட்டது. நான் பற்றவைக்க எடுத்த பீடியைப் பல்லிடுக்கிலேயே வைத்துக்கொண்டு குனிந்தபடி நிலைப்படி தாண்டி அறை வெளியே வந்தேன். முன் தகரக் கொட்டகை அம்மாள் குளித்துக் கொண்டிருக்க வேண்டும். கொட்டகை அடிச்சுவர் ஓட்டையிலிருந்து சிறிது மஞ்சள் நிறம் சாயலடிக்கும் அழுக்குத் தண்ணீர் வெளிப்பட்டு என் அறைக்கும் வெளிவாசல் கதவுக்கும் இடையே இருந்த சிறு திறந்த வெளியில் பரவி, ஒரு தாரை மட்டும் என் அறைக்கு வெளியே ஒரு பள்ளத்தில் தேங்கி நிறைந்து கொண்டிருந்தது. சந்தில், வீட்டுக்கு வெளியில் இருக்கும் குட்டைத் தண்ணீரை கார்ப்பரேஷன் வண்டிக்காரன் மொண்டு போட்டுக்கொண்டு போவான். எனக்கு இரண்டு மூன்று நாட்களுக்கு ஒருமுறைமட்டுமே குளிக்கத் தண்ணீர் கிடைத்தால்கூட கொட்டகை அம்மாள் குளித்துவரும் தண்ணீரை நான் தினமும் அப்புறப்படுத்த வேண்டும்.

வெளிவாசல் கதவு அருகில் நின்று பீடியைப் பற்ற வைத்துக்கொண்டு சந்து நெடுகப் பார்த்தேன். அந்தச் சந்தில் நான் குடியிருந்த வீடு, இன்னும் ஒரு கவுன்சிலர் வீடு, இவை இரண்டும்தான் ஓரளவு வெள்ளையாகத் தெரியும்; செங்கல் சுவரும் ஓடு அல்லது தகரக்கூரை போட்டதாக இருந்தன. மற்றவை எல்லாம் கீற்றுக் கூரைகொண்ட குடிசைகள். அந்தக்

காலை வேளையில் பெண்கள் மிகச் சுறுசுறுப்பாக எங்கெங்கோ போய்ச் சண்டை பிடித்துத் தண்ணீர் பிடித்துவந்தார்கள். ஆண்கள் காலை நீட்டிச் சாய்ந்து உட்கார்ந்திருந்தார்கள்; அல்லது பல் விளக்கிக் கொண்டிருந்தார்கள். அதிக இரைச்சலுக்குக் காரணம் அந்தப் பக்கத்துக்கு நாய் பிடிப்பவர்கள் வந்து எங்கள் சந்து நாய்களில் நான்கைந்தைப் பிடித்துவிட்டார்கள். அந்த வேளையில் ஒரு கடுமையான நெடியும் அடித்தது. ஒரு பர்லாங்கு தள்ளி இருந்த சுடுகாட்டை யாரோ பயன்படுத்திக்கொண்டிருந்தார்கள்.

நான் கையைத் தூக்கிச் சோம்பல் முறித்துக்கொண்டு அரை லுங்கியை மடித்துக்கட்டிக்கொண்டு மார்பு மயிரைக் கொத்தாகப் பிடித்து இழுத்துக்கொண்டேன். வலி இதமாக இருந்தது. அந்தப் பக்கம்போன ஆயம்மாளைக் கூப்பிட்டு, 'எம் பானைக்கும் தண்ணி கொண்டாந்துடேன்,' என்றேன். அவள் உடனேயே வந்துவிட்டாள். நான் என் தலையைக் குனிந்து அறை நிலைப்படி தாண்டி பானையை எடுத்துக்கொடுத்தேன். அதில் மிச்சமிருந்த தண்ணீரை அவள் ஒரு நொடியில் கலக்கி என் அறை எதிரிலேயே கொட்டினாள். தகரக் கொட்டகை அம்மாளை நான் இனி பிற்பகலில்தான் கண்டித்து வைக்க முடியும். ஆயம்மா, 'இன்னும் ஒரு பாத்திரம் தரீங்களா?' என்று கேட்டாள். என் பாத்திரங்கள் எல்லாம் மார்வாடிக் கடையில் இருந்தன. மனைவி, குழந்தைகள் மாமனார் வீட்டில் இருந்தார்கள். ஆயம்மா குழாயடிக்குப் போய்விட்டாள்.

நான் அறைக்குச் சென்று தலையணையுடன் சேர்த்துப் பாயைச் சுற்றிவைத்துக்கொண்டிருந்தபோது வேலு மெதுவாக வந்தான். 'தலையைத் தேச்சுக்கடா உடனே! எத்தனை வாட்டி வாசலாண்ட குனிஞ்சு வாடா குனிஞ்சு வாடான்னு சொல்லி யிருக்கேன்?' என்றேன். அவன் தலையைத் தேய்த்துக்கொள்ளாமல் சுவரோரமாக நின்றுகொண்டான். 'ஏண்டா சும்மா நிக்கறே?' என்றேன். அவன் என் பாயை வாங்கிக்கொண்டான். நான் சுவரை அணைத்த மாதிரி நாற்காலியைப் போட்டுக்கொண்டு உட்கார்ந்தேன். வேலு டிரங்கு பெட்டிமீது படுக்கையை வைத்து விட்டுப் பரண்மீது இருந்த ஒரு துடப்பத்தை எடுத்து அறையைப் பெருக்கினான். அறையைப் பெருக்க ஒரு நிமிஷத்திற்கு மேல் ஆகாது. பழைய 'நாத்திகம்', 'தினத்தந்தி'யை எல்லாம் ஒழுங்காக மடித்துவைத்தான். பிறகு மறுபடியும் சுவரில் சாய்ந்தபடி நின்றுகொண்டான்.

'சும்மாக் காலெட்டுத் தரையைத் துளைச்சு துளைச்சு விடாதே, இருக்கிற போரை பொக்கை போறாதுன்னு,' என்றேன்.

'நேத்து இஸ்திரிக்கு எடுத்துட்டுப்போன ஷர்ட்டை வாங்கிண்டு வா,' என்றும் சொன்னேன். வேலு இன்னமும் நின்றான்.

'என்னடா?' என்றேன்.

'லாண்டிரிக்காரரு காசு வாங்கிட்டு வரச் சொன்னாரு.'

'எல்லாம் இதுக்கும் சேத்து இரண்டு நாளிலே செட்டில் பண்ணிடறேன்னு சொல்லி வாங்கியாடா.'

வேலு தயக்கத்துடன் வெளியே போனான். அவன் போனபின் படுக்கையைக் கீழே எடுத்துவைத்துவிட்டு டிரங்குப் பெட்டியைத் திறந்து என் பர்ஸையும் புத்தகத்தையும் எடுத்தேன்.

'சார், இட்லி,' என்று குரல் கேட்டது. இட்லிக்காரர் ஈரத்துணியால் மூடிய பித்தளைப் பாத்திரமும் அலுமினியப் பிடித் தூக்குமாக நின்றார்.

'இரண்டு,' என்றேன்.

இட்லிக்காரர் வாழையிலைக் கிழிசலே வைத்திருந்தார். தரையில் ஒரு இலையில் இரண்டு இட்லி எடுத்துவைத்துவிட்டு, 'சட்னிக்குப் பாத்திரம் ஏதாவது தரேளா?' என்று கேட்டார்.

'எலேலியே போட்டுடு,' என்றேன்.

'கொஞ்சம் நீர்க்க இருக்கு. ஓடிடும்.'

முந்தின இரவு சாப்பிட்டுவிட்டு டிபன்காரியரை அப்படியே கழுவாமல் வைத்துவிட்டுத் தூங்கிப்போயிருந்தேன். இப்போது ஒரு டம்ளரை எடுத்து இட்லிக்காரரிடம் கொடுத்தேன். அவர் ஒரு சிறு கரண்டியால் இருமுறை சட்னி எடுத்து அதில் விட்டார். 'இன்னும் கொஞ்சம்தான் போடேன்,' என்றேன். அவர் இன்னொரு கரண்டி எடுத்துவிட்டார். 'இட்லி இரண்டு போறுமா?' என்று கேட்டார்.

நான் ஒரு கணம் யோசித்து, 'இன்னும் இரண்டு வை,' என்றேன். அவர் இன்னும் இரண்டு இட்லிகள் எடுத்துவைத்து, நான் கேட்கும் முன்பே சட்னியும் அதிகப்படியாகத் தம்ளரில் விட்டார்.

'இன்னொரு எலை கொடு,' என்றேன். இன்னொரு இலை எடுத்துவைத்தார். 'இன்னியோட பதினாலு அணா,' என்றார்.

'அணாவெல்லாம் போய் எந்தக் காலம் ஆச்சு, நீ இன்னும் அணா அணான்றியே?'

‘அப்போ எம்பத்தேழு நயாபைசா கொடுங்கோ. அணா இட்லீன்றதுனாலே அணாக் கணக்குத்தான் சரியா வரது.’

‘எல்லாம் சேத்து நாளைக்கு வாங்கிண்டு போ.’

இட்லிக்காரர் பதில் சொல்லாமல் போனவுடன் ஷண்முகம் வந்தான். ‘என்னடா?’ என்றேன்.

‘ஒண்ணுமில்லே,’ என்று சொல்லி அவனும் சுவரில் சாய்ந்தபடி நின்றுகொண்டான்.

‘அந்த விளக்கை நன்னாத் துடைச்சு வைடா,’ என்றேன். ஷண்முகம் என் ஹரிக்கேன் விளக்கை மிகக் கவனமாகத் துடைக்க ஆரம்பித்தான். ‘டேய் டேய், இருடா தொட்டுட்டயா அதை?’ என்று கேட்டேன். ஷண்முகம் பதறிப்போய் அப்படியே இருந்தான். அவன் விளக்கைத் துடைக்க ஆரம்பித்துவிட்டான்; அவன் கையில் மண்ணெண்ணெய் வாசனை வரத்தான் செய்யும். ‘அந்த டிபன் செட்டை கழுவிட்டு உட்காருடான்னு சொல்லலாம்னு இருந்தேன்,’ என்றேன்.

‘ஏன். இப்போ கழுவிடறேன்.’

‘வேண்டாம், நீ விளக்கைப் பாரு. வேலுப் பய வரட்டும்.’

தரையில் இலைபோட்டு மூடிவைத்திருந்த இட்லிக் குவியல் அவன் கண்ணிலேயே படாதது மாதிரித்தான் ஷண்முகம் இருக்க முயன்றான். ஆனால் அவன் கண் அடிக்கடி அந்தப் பக்கம் போகத்தான் செய்தது. ஆயம்மா தண்ணீர் கொண்டு வரட்டுமென்று காத்திருந்தேன். பர்ஸைச் சுவர் ஆணியில் தொங்கிக்கொண்டிருந்த என் ஜிப்பாவின் உள் பையில் போட்டு விட்டுப் புத்தகத்தைப் புரட்டினேன். எனக்குச் சில கணக்குகள் போட்டுப் பார்க்க வேண்டியிருந்தது. ஷண்முகம் விளக்கைத் துடைத்து முடித்தவுடன் பத்திரிகை வாங்கிவரச் சொன்னால் பத்திரிகை ஓரங்களில் எல்லாக் கணக்கையும் போட்டுப் பார்த்துவிடலாம். மறுபடியும் மார்பு மயிரைப் பிடித்திழுத்து விட்டுக்கொண்டேன். வேலு வருகிறான் என்றிருந்தேன். ஆனால் வந்தது சோமநாதன். என் கையில் இருந்த புத்தகத்தைப் பார்த்துவிட்டு, ‘என்ன துரை, இன்னிக்கு அசுவமேதயாகமா?’ என்று கேட்டார்.

‘இல்லீங்க, சும்மா ஒரு கண்ணோட்டத்துக்குப் பாத்திண்டிருந்தேன்,’ என்று சொல்லிப் புத்தகத்தை மூடிவிட்டு நாற்காலி

யிலிருந்து எழுந்தேன். சோமநாதன் படுக்கை மேல் உட்காரப் போனார். 'இங்கே உட்காருங்க,' என்று நாற்காலியை அவருக்குக் காண்பித்தேன்.

'அப்புறம்?' என்றார் சோமநாதன்.

'ஒண்ணுமில்லே,' என்று நான் சொன்னேன்.

'நான் ஊருக்குப் போறேன்,' என்று சோமநாதன் சொன்னார்.

'என்னிக்கு?'

'இன்னி ராத்திரி.'

'திரும்பி வரது எப்போ?'

'வர வெள்ளி, சனி ஆயிடும்.'

'சரிதான்.'

'நீங்க சொன்ன விஷயம்?'

சோமநாதனிடம் ஒரு கதை இருந்தது. சம்பத் ஒரு படம் ஆரம்பிக்கப் போவதாகச் சொல்லி ஒரு கதையும் வேண்டும் என்று சொல்லியிருந்தான். அதுதான் விஷயம்.

'இன்னிக்கு விவரம் தெரியும்னு நினைக்கறேன். பணம் முதல்லே அட்வான்ஸ் பண்ற கோயம்புத்தூர்காரங்க இன்னிக் காலைலே மெட்ராஸ் வந்திருக்கணும். ஒரு பத்து மணி அளவிலே எல்லாரையும் சந்திச்சுடுவேன்,' என்றேன்.

'சீக்கிரமே போய்ப் பார்த்திடுங்க. ரேஸ் நாளு.'

'பெரிய பணக்காரங்கள்ளாம் அரை மணி முன்னாலே போவாங்க. கடைசி ரேஸுக்கு முன்னாலே திரும்பிடுவாங்க. ரேஸைப்பத்தி நினைப்பும் அவங்களுக்கு அந்த நேரத்துக்குத்தான் இருக்கும். நம்ப போலவங்களுக்குத்தான் தூக்கத்திலே கனா வந்தாக்கூட ஏதோ வாலைத் தூக்கிண்டு ஓடறாப்பலே வரது.'

சோமநாதன் அதிகமாகக் காது கொடுத்துக் கேட்கவில்லை என்று எனக்குத் தோன்றிற்று. ஆயம்மா பானைத் தண்ணீரைக்

கொண்டு வைத்துவிட்டுப் போனாள். ஷண்முகம் ஹரிக்கேன் விளக்கைப் பளிச்சென்று துடைத்து முடித்திருந்தான்.

நான் சொன்னேன், 'எதுக்கும் நீங்க போற இடத்து விலாசம் கொடுத்துவிட்டுப் போங்க. ஒரு வேளை அவங்க இந்த வாரமே உங்க சப்ஜெக்டைக் கேக்கறேன்னாங்கன்னா உடனே தந்தி கொடுக்கறேன். எங்கே கடலூர்தானே போறீங்க?'

'ஆமாம்.'

'அப்போ என்ன, அஞ்சு ஆறு மணி நேரத்திலே மெட்ராஸ் வந்துடலாம்.'

'சரி.'

சோமநாதன் வந்தபொழுதைவிட இன்னும் உற்சாக மிழந்தவராக இருந்தார். 'வாடா ஷண்முகம்,' என்று கூப்பிட்டேன்.

ஷண்முகம் அருகில் வந்தான்.

'போய் இரண்டு டீ வாங்கிண்டு வா,' என்றேன்.

'வேண்டாங்க,' என்று சோமநாதன் சொன்னார். 'பரவால்லீங்க,' என்று சொல்லி ஷண்முகத்திடம் சில்லறை கொடுத்தேன். 'அப்படியே இரண்டு சிஸர்ஸ், நாலு சார்மினார் வாங்கி வந்துடு. பீடிக்கட்டு இருக்கு, பீடி வேண்டாம்,' என்றும் சொன்னேன்.

'ஒரு இட்லி சாப்பிடறீங்களா?' என்று சோமநாதனைக் கேட்டேன்.

'வேண்டாங்க. இப்பத்தான் வீட்டிலே எல்லாம் சாப்பிட்டுட்டு வரேன்,' என்று அவர் சொன்னார்.

அவர் என்னைவிட மோசம். அவருக்குக் கதைகள் எழுதத் தான் தெரியும். அதுவும் ஒரே மாதிரி, பழைய மாதிரி. ஆனால் மனிதர் ஒரு குழந்தைபோல் நம்பிக்கை வைப்பார்.

இப்போது சோமநாதன் சிறிது தேவலையாக இருந்தார். 'அந்த மாடி வீட்டுக்கு ஆள் வந்துட்டாங்க,' என்றார்.

'எது?'

'ஸ்டேஷன் பார்டர் ரோடு, 68, மாடி வக்கீல் வீடு.'

'அதுவா, அது என்கிட்டே வரலை. அந்த அம்மைவடு தெலுங்குக்காரன்கிட்டேதான் அந்த வக்கீல் சொல்லி வைச்சிருந்தாரு.'

'நீங்கதான் பொறுப்போன்னு நினைச்சேன். இரண்டு நாளா அந்த மாடியிலே விளக்கு எரியறது. ஏதோ ஒரு உருப்படிதான்.'

'யாராம்?'

'மல்லிகாவாம். கன்னடப் பொண்ணு. எவனோ சினிமாக்காரன்தான் அங்கே கொண்டுவந்து வச்சிருக்கான்.'

அப்போது வேலு, ஷண்முகம் இருவரும் சேர்ந்து வந்தார்கள். என் அறையின் ஒரே ஜன்னல் வழியாக வெயில் நாற்காலிமேல் விழுந்தது. 'டீ சாப்பிடறதுக்கு முன்னாலே ஒரு இட்லி சாப்பிடறீங்களா?' என்று மறுபடியும் கேட்டேன்.

'வேண்டாம், வேண்டாம் நீங்க சாப்பிடுங்க,' என்று சோமநாதன் சொன்னார்.

ஒரு தம்ளர் டீயை சோமநாதனுக்குக் கொடுத்துவிட்டு நான் வேலுவை மெதுவாகக் கேட்டேன், 'ஷர்ட் எங்கே?'

'இன்னும் ஒரு அவரு பொறுத்து வரச் சொல்லிட்டான். பெட்டியையே இன்னும் பத்தவைக்கலே.'

ஷண்முகம் வாங்கிவந்த இரு சிஸர்ஸ் சிகரெட்டையும் சோமநாதன் அருகில் வைத்து என் நெருப்புப் பெட்டியையும் பக்கத்தில் வைத்தேன். வேலுவையும் ஷண்முகத்தையும் கேட்டேன், 'ஏண்டா நீங்க ஏதாவது காலையிலே சாப்பிட்டு வந்தீங்களா இல்லையா?'

வேலு பதில் சொல்லவில்லை. ஷண்முகம் மட்டும் 'உம்' என்றான். சோமநாதன் கேட்டார், 'இந்தப் பையனைத்தானே ராமய்யாகிட்டே வேலைக்குச் சேத்துவிட்டிருக்கீங்க?' ஷண்முகமும் சிறிது விறைத்து நின்றான்.

'ஏதோ போயிட்டு வரான்,' என்று சொல்லிவிட்டு வேலுவிடம், 'நீங்க எடுத்திண்டிடுங்கடா. எனக்கு வேண்டாம்,' என்று மெதுவாகச் சொல்லிவிட்டு, டீயை மட்டும் குடித்தேன். சோமநாதன், 'நான் கிளம்பட்டுமா?' என்று கேட்டார். 'ஒரு பத்து நிமிஷம் இருங்க, நானும் வந்திடறேன்,' என்று சொன்னேன். அவர் பற்ற வைத்துக்கொண்டு மிஞ்சிய சிஸர்ஸ் சிகரெட்டை நான் பற்றவைத்துக்கொண்டேன். பையன்கள் இருவரும் ஒரு நிமிஷம் அங்கே நின்றுகொண்டிருந்தார்கள். அப்புறம் வேலு மட்டும் வெளியேபோய் நின்றுகொண்டிருந்தான். சோமநாதன், ஷண்முகத்தை மீண்டும், 'இன்னிக்கு ஒண்ணும் ஷூட்டிங்கு

கிடையாதா?' என்று கேட்டார். அவனுக்கு முன்னால் நான், 'இல்லைங்க,' என்றேன். ஷண்முகமும் வெளியே போய்விட்டான்.

சிகரெட் முடியும் தறுவாயில் இருந்தபோது ஒரு பெரு இழுப்பு இழுத்துத் துண்டைக் கீழே போட்டு அணைத்தேன். 'இதோ கிளம்பிட்டேங்க,' என்று சொல்லிவிட்டு இட்லி இலையையும் சட்னி தம்ளரையும் சுவரோரமாக நகர்த்திவைத்துவிட்டுப் பானைத் தண்ணீரில் ஒரு சிறுகுவளை மொண்டுகொண்டு அறை வெளியே தலையைக் குனிந்தவண்ணம் வந்தேன். என் அறைக்குப் பின்னால் வசிக்கும் இரு குடும்பத்தினர் குழந்தைகள் இரண்டு சேற்றில் காலைப் புதைத்துவைத்துக்கொண்டு உட்கார்ந்திருந்தன. நான் வெளிவாசல் கதவருகில் போய், சிறிது தண்ணீர் எடுத்து முகத்தைக் கழுவிக்கொண்டேன். ஈரக் கையைத் தலைமேல் இருமுறை தடவிக்கொண்டேன். வெளியே மயிரும் சதையும் பொசுங்கும் நெடி பலமாகத்தான் வந்துகொண்டிருந்தது. ஷண்முகம், வேலு இருவரும் சந்துக் கோடியில் பெரிய சாலை ஓரத்தில் நின்றுகொண்டிருந்தார்கள். ஏதோ சிரித்துப் பேசிக்கொண்டிருந்தார்கள். ஆனால் முகம் வாடித்தான் இருந்தது. நான் உள்ளே வந்தேன். சோமநாதன் என் அறைப் பரணைமீது வைத்திருந்த பழைய பத்திரிகைகளைப் பார்த்துக்கொண்டிருந்தார். நான் டிரங்குப் பெட்டியிலிருந்து ஒரு பனியனையும் ஒரு நான்கு முழ வேஷ்டியையும் எடுத்துக் கொண்டேன். சுவரில் ஆணியில் தொங்கவிட்டிருந்த ஜிப்பாவைப் போட்டுக்கொண்டேன். வேஷ்டிக்கு ஜிப்பா அழுக்குத் தான். அந்த நேரத்தில் என்னிடமிருந்தது ஒரே ஒரு மாற்று அணி ஷர்ட்டு. அது லாண்டிரிக்காரனிடம் இருந்தது.

சுவற்றுப் புரையிலிருந்து குங்கும டப்பியை எடுத்தேன். டப்பிக்கு மறுபுறத்தில் தொத்திக்கொண்டிருந்திருக்க வேண்டும் – ஒரு பல்லி பொத்தென்று வலது பாதத்தில் விழுந்தது. சோமநாதன் முதலில் ஏதோ என்று பயந்து விட்டார். பல்லி என்று அறிந்ததும் நிதானமானார். நான் சொன்னேன், 'நீங்க ஊருக்குப் போறீங்க. பல்லி என்னமோ நான் ஊருக்குப் போவேனில்ல சொல்லுது?'

'நல்ல பலன்னு இருந்தா அது நம்பளுக்கு ஏன் நிஜமாவப் போவுது?' என்று சோமநாதன் சொன்னார். நான் நெற்றியில் பெரிய குங்குமப் பொட்டாக இட்டுக் கொண்டேன். பர்ஸும் கைக்குட்டையும் முதலிலேயே ஜிப்பா பையில் இருந்தன. 'கிளம்பலாமில்லே?' என்று கேட்டுக்கொண்டு சோமநாதன் கிளம்பினார். சிகரட் பெட்டியையும் நெருப்புப் பெட்டியையும் பையில் போட்டுக்கொண்டு நானும் கிளம்பினேன். சோம

நாதனிடம், 'பாத்து, பாத்து. தலையை இடிச்சுக்கப் போறீங்க,' என்றேன். அவர் நன்றாகத் தலையைக் குனிந்து வளைத்து வெளியே சென்றார். நானும் வெளியே வந்தேன். மறுபடியும் சோமநாதனை, 'பாத்து, பாத்து,' என்றேன். சற்று முன்பு அங்கு உட்கார்ந்திருந்த குழந்தைகள் தங்கள் அடையாளங்களை விட்டுச் சென்றிருந்தன. சோமநாதனும் நானும் சந்தை அடைந்தோம். கோடியில் வேலுவும் ஷண்முகமும் எங்கள் பக்கம் பார்த்தபடிதான் நின்றுகொண்டிருந்தார்கள். சோமநாதன் இரண்டடி முன்னே சென்றவுடன் நான் விரலசைத்து வேலு, ஷண்முகத்தைக் கூப்பிட்டேன். 'இரண்டு பேரும் இங்கேயே இருக்கீங்களா, நான் பதினோரு பன்னெண்டு மணிக்கு வந்துடறேன், சேர்ந்து சாப்பிடுவோம்,' என்று சொன்னேன். அவர்கள், 'மாட்டேன்,' என்று சொல்லவில்லை. நான் என் பர்ஸை எடுத்து ஒரு கால் ரூபாயை ஷண்முகத்திடம் கொடுத்தேன். 'டீ சாப்பிட்டுக்குங்க,' என்றேன். சோமநாதன் எனக்காகக் காத்திருந்தார். நான் வேலு, ஷண்முகத்திடம், 'இட்லி தின்னப்புறம் அந்தக் காரியரெல்லாம் சுத்தமாகக் கழுவி வைச்சுடுங்க. அப்புறம் நம்ம பாதையெல்லாம் யாரையாவது வழிச்சு எடுக்கச் சொல்லுங்க,' என்றேன். பிறகு சோமநாதனுடன் சேர்ந்துகொண்டேன்.

ராஜாஜி சீவல் கடையருகில் எனக்குப் பத்து நிமிஷ வேலை இருந்தது. கிருஷ்ணன் வந்திருந்தான். அவனை அங்கேயே இருக்கச் சொல்லி, பத்து மணிக்கு சூட், டை எல்லாம் போட்ட ரங்கநாதன் என்பவர் என் பெயரைச் சொல்லி விசாரித்தால் அவருக்கு இரு வீடுகள் காண்பித்து விட்டுவரச் சொன்னேன். அங்கே கடியாரம் ஒன்பது மணி காண்பித்தது. சோமநாதன், 'என்னங்க, ராகு காலம் ஆரம்பிச்சுட்டதே?' என்றார். எனக்குக் கொஞ்ச நாட்களாக ராகுகாலம் அதிகமாக நினைவுக்கு வராமல் நழுவிக்கொண்டிருந்தது. 'எப்படியும் பத்து மணிக்கு மேலதானுங்க நான் வுட்லண்ட்ஸ் ஹோட்டலுக்குப் போகணும். அதுக்குள்ளே ராகுகாலமேகூடப் போயிடும்,' என்றேன்.

பனகல் பார்க் அருகில் சோமநாதன் விடைபெற்றுக் கொண்டார். நான் கீதா கபே நடைபாதைக்குச் சென்றேன். இரு டாக்ஸிக்காரர்கள் எனக்கு சலாம் வைத்தார்கள். குங்குமப்பொட்டு இட்டுக்கொண்டவர்கள் மூன்று நான்கு பேர்கள் இருந்தார்கள். அவர்கள் எல்லோரும் ஒரு வேலையும் இல்லாமல் ஓய்வாக இருக்கிற மாதிரியும் இருந்தது; அதே நேரத்தில் அவர்கள் யாரையோ எதையோ எதிர்பார்த்து நிற்பது போலவும் இருந்தது.

நான் பழக்கடைக்காரனிடம், 'பன்ஸிலால் வந்தானா?' என்று கேட்டேன்.

'சேட்டுப்பய காலைலேந்தே இங்கேதானே கிடக்கான்,' என்று பழக்கடைக்காரன் சொன்னான். பத்து நிமிஷங்கள் நான் காத்திருந்த பிறகுதான் பன்ஸிலாலைப் பார்க்க முடிந்தது. 'நேற்று போய் வேஸ்ட் பிலிம் வாங்கிண்டு வந்துட்டயாடா, குறவா?' என்று கேட்டேன். 'ஆமாம், சாமி,' என்று சொல்லி அவன் என்னிடம் இருபத்தைந்து ரூபாய் கொடுத்தான்.

'பாக்கி எங்கே?' என்று கேட்டேன்.

'எங்க சாமி, ஒழுங்கா இருபது பவுண்டுகூடத் தேறாது, சாமி,' என்றான். ரொம்ப நாட்களாக நான் யாரிடமெல்லாமோ சொல்லிவைத்து, ஒரு மாதிரி ஒரு ஸ்டூடியோ லாபரட்டரிக்கு அறிமுகம் கிடைத்து, நேற்று பன்ஸிலால் என் பேரைச் சொல்லி அங்கிருந்து வேஸ்ட் பிலிம் வாங்கி வர ஏற்பாடாகியிருந்தது.

'நடேச மேஸ்திரிக்குக் கொடுத்துட்டியா?' என்று கேட்டேன்.

'கொடுத்திட்டேன், சாமி. டுவெண்டி பைவ்.'

'எல்லாரையும் சரிக்கட்டிட்டேன்னு அடுத்த தடவை நீயே நேரே போய் நிக்காதேடா, குறவா. இந்தப் பக்கம் தலைகாட்ட வைக்கமாட்டேன்.'

'உங்ககிட்டே அப்படி நடந்துப்பேனா, சாமி,' என்று பன்ஸிலால் சொன்னான்.

ஒரு குங்குமப் பொட்டுக்காரன் என்னருகில் வந்தான். 'துரைக்குக் கார்த்தாலே வேளையிலேயே வியாபாரம் குதிர்ந்திருக்கு போலேயிருக்கு,' என்றான்.

'வெத்திலைப் பொட்டி எடு,' என்றேன். நாங்கள் இருவருமாக வெற்றிலை போட்டுக்கொண்டோம். '"கதிர் விளக்கு" அவுட்டாயிடுத்து,' என்று குங்குமக்காரன் சொன்னான்.

'ரிலீஸ் ஆயி மூணு நாளாகலே, அதுக்குள்ளே இப்படி பிராபகாண்டா பண்ணறியே.'

'ஒரு ஷோ போதும் துரை, படம் ஓடுமா ஓடாதான்னு சொல்லறத்துக்கு. அம்பாள் பிலிம்காரங்கள்ளாம் அப்படியே தலையிலே கையை வைச்சுண்டு உட்கார்ந்திருக்காங்க.'

'சிடி மட்டும்தானே வாங்கியிருக்காங்க?'

'போறாதா? ஒயிட்லே ஒண்ணரை, பிளாக்கிலே மூணு. வேலை முடிச்சுக் கொடுத்த பங்காருசாமி ஒரே நாளிலே கமிஷன் நாலாயிரம் ரொக்கமா அடிச்சுண்டு போயிட்டான்.'

எனக்கும் அது தெரியும். அம்பாள் பிலிம்காரங்களை எனக்கு நன்றாகத் தெரியும். "கதிர் விளக்கு" எடுத்த ராம ஐயங்காரைத்தான் எனக்கு அணுகச் சரியான தொடர்பு கிடைக்கவில்லை. நான் சொன்னேன், 'அந்த பிஸினஸை நான் முடிச்சிருக்கவேண்டியது. என்னாலே முடிஞ்சதெல்லாம் அந்த ஸ்டூடியோவிலே ஒரு கொத்து மேஸ்திரியைப் பிடிச்சு அவன் தயவிலே ஒரு பிசாத்து ஐநூறு ரூபாய் வேஸ்ட் பிலிம்தான் பிடிக்க முடிஞ்சுது.'

'ஒரு ஃபிரேம் காட்டாதபடி அந்தப் படத்தை ஐயங்கார் அம்பாள்காரங்களுக்கு வித்திருக்கான். நாலு பிரிண்ட் வாங்கி வந்து அவுங்களே தியேட்டர்லே போட்டுண்டப்பத்தான் அவுங்களுக்குத் தெரியும் அது என்னது, எதுன்னு.'

'ராம ஐயங்காரில்லை?'

'அவனோட ஹிந்திப் படமும் ஓடாது கீடாதுன்னாங்க, பிச்சுண்டு போறது. இதை அப்படியே வித்தான் இரண்டாம் நாளே படுத்துண்டுடுத்து.'

பளபளவென்ற காரில் சம்பத் வந்தான். அவனும் பளபளவென்று இருந்தான். நான் ஒரே ஓட்டமாக அவன் காரருகே சென்றேன்.

'ரொம்ப நேரமாக் காத்திட்டிருக்கீங்களா?' என்று சம்பத் கேட்டான்.

'இப்பத்தான் வந்தேம்பா,' என்றேன்.

'வாங்க, ஒரு காபி அடிச்சுட்டுப் போகலாம்,' என்று சொன்னான். கையில் ஒரு 555 டின்னுடன் இறங்கினான்.

மாடியில் ஏர்கண்டிஷண்டு ஹோட்டலுக்குப் போனோம். நாங்கள் போவதைக் குங்குமப் பொட்டுக்காரர்கள் எல்லாரும் கவனமாகப் பார்த்தார்கள். காபி டிபனெல்லாம் சம்பத் தாராளமாக வாங்கிக்கொடுத்தான். சிகரெட் மட்டும் அவன் வரையில் பற்றவைத்துக்கொண்டான்.

'"கதிர்விளக்கு" அவுட்தானா?' என்று கேட்டேன்.

'ஆமாமாம்,' என்று அலட்சியமாக சம்பத் சொன்னான். 'ஒரு டைரக்டரை ஒரு டெக்னிஷியனை மதிச்சா எடுத்தான்

அந்த மனுஷன்? சும்மாப் பணத்தைக் கொட்டிடுவான். குருட்டு அதிர்ஷ்டம், படம் ஓடிடும், இல்லை ஏதாவது மடையன் வாங்கிப் போடுவான்.'

எனக்கு அவ்வளவு திட்டவட்டமாகப் பேசமுடியவில்லை. 'கவுண்டர் வந்துட்டாரா?' என்று கேட்டேன்.

'வந்துட்டார், வந்துட்டார். காலையிலே வந்தவுடனேயே ஜமால் சாருக்கும் போன் பண்ணியிருக்காரு. சோமநாதன் ஊர்லேதானே இருக்காரு?'

'இருக்காரு. ராவுக்கு ஊருக்குப் போறாராம்.'

'அவுங்க ரேஸுக்குப் போகலைனா இன்னிக்கேகூட கதை படிக்கிறதை வைச்சுக்கலாம். அவர் கதை ஃபைலை நம்மகிட்டே கொடுத்திட்டுப் போவாரா?'

'ஊஹூம், அது வேணாம். நல்லதில்லை.'

பில் கொடுத்துவிட்டு சம்பத் முதலில் இறங்க, நான் பின்னால்தான் வந்தேன். சம்பத் ஏகமாக ஊதிப்போயிருந்தான். ஆனால் தையற்காரன் மிகவும் திறமையுடன் சம்பத்துடைய பாண்ட் – ஷர்ட்டைத் தைத்திருந்தான்.

நாங்கள் மீண்டும் நடைபாதையை அடைந்தபோது சினிமாக் காரர்கள் கூட்டம் இன்னும் அதிகரித்திருந்தது. ஒரு புதியவன் சம்பத்தைப் பார்த்து, 'குட்மார்னிங், சார்,' என்றான்.

சம்பத் தலையை மட்டும் ஒருமுறை அசைத்தான். புதியவன், 'உங்களைப் பார்க்கணும்னுதான் சார், இரண்டு தடவை ஆபீஸ் வந்தேன். வீட்டுக்கும் வந்திருந்தேன்,' என்றான்.

'என்ன?'

புதியவன் என்னைப் பார்த்தான். நான் சிறிது ஒதுங்கின மாதிரி நின்றேன். அவன் சிறிது தணிந்த குரலில் சம்பத்துடன் பேசினான். எனக்கு அக்கறையில்லை என்றாலும் கேட்க முடிந்தது. 'எம் பிரதர். எம்.ஏ. எழுதியிருக்கான். சினிமா ஃபீல்டுக்கு வரணும்னு ரொம்ப ஆசைப்படறான்...'

'அதுக்கு நான் என்னய்யா செய்யறது?'

'உங்க அசிஸ்டெண்டா ஒர்க் பண்ணனும்னு ஆசைப்படறான். உங்க படம்னா அவனுக்கு ஒரே பைத்தியம்.'

'எவ்வளவு பட(ம்)யா என் படம்? ஒண்ணுதான் முழுசா வந்திருக்கு.'

‘அது போறாதா? நான் ராஜ்கோபால் சாரைக்கூடப் போய்ப் பார்த்தேன். அவரும் உங்களையே போய்ப் பார்க்கச் சொன்னாரு.’

சம்பத் குபுக்கென்று சிரித்தான். ஆனால் உடனே சிரிப்பை அடக்கிக்கொண்டு, ‘வர வாரம் வந்து பாருய்யா, சொல்லறேன்,’ என்றான்.

‘எங்கே ஜமால் ஆபீஸுக்கா ...’

‘ஜமால் ஆபீஸ் கீபீஸ் எல்லாம் கிடையாதுய்யா. ஜமால் அந்தக் கட்டிடத்தையே வித்துட்டாரு. நான் என் ஆபீஸ் மட்டும் வேறே இடத்திலே வைச்சிருக்கேன்.’

‘சரி, சார்.’

சம்பத், ‘நான் இடம் மாத்தியிருக்கேய்யா ...’ என்றான்.

‘தெரியும், சார்.’

காரில் போகும்போது சம்பத் மீண்டும் குபுக்கென்று சிரித்தான். ‘என்ன?’ என்றேன்.

‘ராஜ்கோபால்னு அந்த ஆள் சொன்னானே, தெரியுங்களா?’

‘ஜயசந்திரிகாவோட சுத்திண்டிருப்பானே, தெரியும்.’

‘சுத்தறது இல்லைங்க. இரண்டு பேரும் திருப்பதிக்குப் போய் கல்யாணமே பண்ணிண்டாங்க.’

எனக்கு அம்மாதிரித் தகவல்களில் சுவை தருவது நின்று நாளாகியிருந்தது. ‘ஓஹோ,’ என்றேன்.

‘ஒரு காலத்திலே நானும் அவரும் சேர்ந்து வேலை பாத்திண்டிருந்தோம். ஒரு நாளும் அவரு ஒரு சினிமா ஸ்டாரைக் கட்டிப்பாருன்னு நான் நினைச்சுப் பார்த்தது கிடையாது.’

‘நீங்க எதிலே சேர்ந்து வேலை பண்ணினீங்க?’

‘சந்திரா கிரியேஷன்ஸ் ரெட்டியார்கிட்டே. இந்தப் பாழாப் போனவ ஜயசந்திரிகாவால அந்தக் கம்பெனியே ஒழிஞ்சு போயிடுத்து.’

‘அவர்தானே மஞ்சக் கடுதாசி கொடுத்தாரு.’

‘அது ஒரு பக்கங்க. ஒருநாள் அவுட்டோரும் வைச்சு இண்டோரும் வைச்சிருந்தோம். அவுட்டோர் முடிச்சு இண்டோருக்கு வந்தா ஷூட்டிங்கு நடக்கலே, இவ ஏதோ கிறுக்குப் பிடிச்சு வரமாட்டேன்னுட்டா. சனியன் பிடிச்ச மாதிரி அப்புறம் புரொடக்ஷன், கம்பெனி, புரொட்யூசர் எல்லாம் காலி.’

'அந்த படத்தைத்தான் ராம ஐயங்கார்கூட சீப்பா வாங்கிப் போட்டார்னு சொன்னாங்க.'

'என்ன வாங்கி என்ன பிரயோசனம்? அது அப்புறம் விளங்கவேயில்லேங்க. நின்னது நின்னதுதான்.'

'ஆனா ராஜ்கோபால் கல்யாணம் முடிஞ்சுது.'

சம்பத் சிரித்தான். 'கல்யாணமாங்க அது? போனமாசம் இன்னும் யார் யாரோடயோ டெலிகேஷன்னு சிங்கப்பூர் போனாங்க, ஊர் சிரிச்சுப்போச்சு. இவ டான்சுக்கு ஏற்பாடு பண்ணி மந்திரிங்கள்ளாம் காத்திட்டிருக்காங்க, இவ ஃபுல் லோட்லே மேடை கோணலாயிருக்குன்னு ஆடவர மாட்டேனுட்டா. அம்பது ரூபா நூறு ரூபாயெல்லாம் பணம் கொடுத்து டிக்கெட் வாங்கினவங்கெல்லாம் இவ தங்கியிருந்த ஹோட்டலெல்லாம் கல்லை விட்டெறிஞ்சுப் பிளந்து கட்டியிருக்காங்க. ராவுக்கு ராவே இரண்டு பேரும் முக்காடு போட்டுண்டு மெட்ராஸ் திரும்பியிருக்காங்க.'

வுட்லண்ட்ஸ் ஹோட்டல் வந்துவிட்டது. சம்பத் பின்புறத்தில் புதிதாகக் கட்டப்பட்ட இடத்திற்கு அழைத்துப் போனான். அங்கே தரையின் மொஸய்க் வரிகள் கட்டிடமே கோணல் என்கிற மாதிரி பார்வையைத் திரித்தன.

சம்பத் தட்டுத் தடுமாற்றம் இல்லாமல் நேராக ஒரு கதவைப் போய்த் தட்டினான். அதுதான் கவுண்டர் தங்கியிருந்த அறை. அண்ணா தம்பியாக இருவர் வந்திருந்தார்கள். பெரியவராக இருந்தவர், 'ஜமாலண்ணன் வரலியா?' என்று கேட்டார். சிறியவர் சம்பத்தைப் பார்த்து அதிகம் பழகினவர்கள் புன்னகை ஒன்று புரிந்தார்.

'பத்தரை பத்தே முக்காலுக்கு நேரே இங்கே வந்துடறேன் னிருக்காரு. எனக்கு மாம்பலத்திலே கொஞ்சம் வேலை இருந்தது. அப்படியே சாரையும் தூக்கிப்போட்டுண்டு வந்துட்டேன்.'

'சாரு ...'

'நான் ஈரோட்டிலேயே சொல்லி வைச்சிருக்கேனே உங்க கிட்டே. சார் பிலிம் பிஸினஸ் செய்யறாரு. நம்ப புரொடக்ஷன் ஆரம்பிச்சா நாலு ஏரியா சாரே ஈஸியா வித்துக் கொடுத்திடுவாரு.'

'வணக்கம்.'

நானும், 'வணக்கம்,' என்றேன்.

'நாங்க மெட்ராஸ் எவ்வளவோ வந்திருக்கோம். உங்களை இதுக்கு முன்னாலே பாத்ததில்லே.'

'சார் பெரிய ரியல் எஸ்டேட் ஏஜெண்ட் கூட.'

'அப்படீங்களா. நம்பளுக்குக்கூட எவ்வளவோ ஐடியா இருக்குது, இங்கே மெட்ராஸிலே எதினாச்சும் வாங்கிப் போடணும்னு.'

'அப்புறம் ஒரு நல்ல சப்ஜெக்டு இருக்குன்னு சொன்னேனில்லையா, அது சாருக்கு ரொம்ப வேணுங்கிறவர்து.'

'அடேடே, ரொம்ப நல்லதாப் போச்சு. கதை ஆசிரியர் வருவாரில்லே?'

'உம், வருவார்.'

இதற்குள் சிறியவர், 'கதைக்கு என்னண்ணா இப்பவே தேவை? கொஞ்சம் முதல் ஏற்பாடெல்லாம் முடிஞ்சாக் கூப்பிட்டுக் கேப்போம்,' என்றார். சம்பத்தைப் பார்த்து, 'என்னாங்க, சரிதானே?' என்றார்.

சம்பத் என்னைப் பார்த்து, 'உக்காருங்க,' என்று சொன்னான். நான் உட்கார்ந்த பிறகு அவன் உட்கார்ந்தான். அந்த நேரத்தில் இது ஓரளவுக்கு அந்த சகோதரர்கள் கவனத்தில் விழுந்தது என்று எனக்குப் பட்டது. பெரியவரும், 'உக்காருங்க, உக்காருங்க,' என்றார்.

உண்மையில் அவர்களுக்கு அந்த நேரத்தில் கதை முதல் தேவை யாக இல்லை. அவர்களுக்கு ஒரு ஆபீஸ், அதை நம்பிக்கையாகப் பார்த்துக்கொள்ள ஒரு ஆள் வேண்டியிருந்தது. அதற்குமேல் 'சரி' என்று வாக்குக் கொடுக்கும் ஒரு நக்ஷத்திர நடிகன். ஜமால் வந்தபிறகு ஒரு பத்து நிமிஷத்தில் அவர் கவுண்டர் சகோதரர்களை வேறெங்கேயோ சாப்பிடக் கூப்பிட்டு, அந்த மூன்று பேரும் வெளியே போய்விட்டார்கள். நான் சம்பத்தைக் கேட்டேன், 'இன்னிக்கு என்னையேம்பா வெட்டிக்கு லோல்பட வைச்சே?'

'வெட்டிக்குன்னு இல்லைங்க. எனக்குத் தெரிஞ்சு நாலு வருஷமா இவுங்களும் புரொடக்ஷன் ஆரம்பிக்கணும்னு மாசத்துக்கு ஒருநடை இங்கே வந்து இரண்டு நாள் என்னென்னமோ பேசிப் போட்டுட்டுப் போயிடுவாங்க. இன்னிக்கு நீங்க வந்தீங்க, பேச்சு முழுக்க புரொடக்ஷன் பத்தித்தான் இருந்தது. இனிமேலும் ரொம்ப நாள் தள்ளிப்போட மாட்டாங்கன்னு எண்ணறேன்.'

‘ஆபீஸ் ஆபிஸ்ன்றாங்களே, நம்ப பையன்களை வைச்சுக்கச் சொல்லேம்பா.’

‘யாருங்க?’

‘அதுதான் ஷண்முகம், வேலு, இரண்டு பேரும் என் ரூமிலேயே பழியாக் கிடப்பாங்களே.’

‘ஷண்முகம், ராமய்யா கிட்டே வேலை பாக்கலீங்க?’

‘முந்தா நேத்திக்கு அவன் இவனைக் கன்னத்திலே அடிச்சானாம், இவன் திருப்பிக் கன்னத்திலேயே கொடுத்தானாம்.’

‘நான் செய்யறேங்க... ஒரு பர்ஸ்ட் கிளாஸ் புரொடக்ஷன் மானேஜர் இருந்தாரு ரெட்டியார் கிட்டே. அவரு இப்போ கிடைச்சா இந்த நிமிஷம் ஆபீஸ் வைச்சுடலாம்.’

‘யாருன்னு சொன்னா நானும் விசாரிச்சுப் பார்ப்பேன்.’

‘இப்போ இருக்காரோ போயிட்டாரோ, அதுவே சந்தேகங்க. ஒரு வருஷம் முன்னாலே சைதாப்பேட்டை பஸ் ஸ்டாண்டண்டே தான் பார்த்தேன். சொல்லப் போனா பிச்சை எடுத்திண்டிருந்தாரு. நடக்கவும் முடியலை, கண்ணும் தெரியலை போலெ இருந்தது. அவர் அனுப்பிச்சு நான் எவ்வளவு காப்பி சாப்பாடு வாங்கி வந்திருக்கேன்? அவர் கிட்டேப் போய்ப் பார்த்துப் பேசிக் கொஞ்சம் ரூபாயும் கொடுத்தேங்க. ஆனா ஏன் அப்படிச் செஞ்சேன்னு ரொம்ப வேதனையாயிருந்தது. மனுஷன் ரொம்ப ஃபீலிங்கிலே துடிச்சாரு.’

‘வீட்டுப் பக்கமே விட்டுடு. முடிஞ்சாக்கே.’

‘முடியாமெ என்னங்க. இன்னிக்கு வேறே என்ன வேலை?’

சம்பத் காரை மாம்பலம் பக்கம் ஓட்டி வந்தான். நிரம்ப வயதானவன் மாதிரி இருந்தான். மாம்பலம் பஸ் டெர்மினஸ் வந்ததும் நிறையத் திரும்ப வேண்டியிருந்தது. நான் வழியிலேயே சம்பத்தை நிறுத்தச் சொல்லி இறங்கிக்கொண்டேன். ‘பாரு, அந்த ஆளு கிடைப்பாரான்னு. நம்ம பையன்களுக்கும் ஏதாவது வழி பண்ணு.’

‘அவரு முகத்திலே முழிக்க முடியலீங்க. அவரு அவஸ்தைப் படறாரு. இரண்டு காலும் வீங்கிப் போயிருந்தது. ஒரு ஆஸ்பத்திரி போக முடியலே, வண்டிக்குக் காசில்லேன்னாரு. எனக்கு அழுகையா வந்துடுத்து. சினிமான்னா என்னங்க, காரு சோறு இது இரண்டும்தானுங்களே! புரொடக்ஷன் நடக்கிற வரைக்கும் அஞ்சு ரூபா சாப்பாடு, பத்து ரூபா சாப்பாடுக்குக் குறைஞ்சு

வேலைக்காரன்கூட சாப்பிடமாட்டான். பத்து பைசா பீடா வாங்க ஆறு மைல் எட்டு மைல் சௌகார்ப்பேட்டைக்கு இரண்டு கார் போகும்.' சம்பத் குரல் உடைந்து இருந்தது.

'நான் போகணும், சம்பத்து, சீக்கிரமாப் பாத்து சொல்லு.'

'சரிங்க, சரிங்க.'

'நானு ஒன்னை நாளை, இல்லே செவ்வாக்கிழமை பாக்கிறேன்.'

'ஒண்ணு சொல்ல மறந்துட்டேங்க. நான் புதுசா ஆபீஸ் இடம் மாத்திருக்கேன்.'

'எங்கே?'

'ரொம்ப தூரமில்லீங்க. ஸ்டேஷன் பார்டர் ரோடிலே 68–ம் நம்பர். ஒரு வக்கீல் வீடு.'

'மாடிலேதானே?'

'ஆமாம்... தெரியுங்களா?'

சம்பத் போன பிற்பாடு, காசு இருக்கும் நேரத்தில் எடுப்புச் சாப்பாடு இரண்டாகக் கொண்டுவரச் சொல்லி நன்றாகச் சாப்பிடச் சொல்லலாம் என்று சந்துக்கு விரைந்தேன். அறையைப் பூட்டிச் சாவியைத் தகரக்கொட்டகை அம்மாளிடம் கொடுத்துவிட்டு வேலு, ஷண்முகம் இரண்டு பையன்களும் எங்கேயோ போய்விட்டிருந்தார்கள். எந்தக் கணக்கும் பார்க்காமல் பிற்பகல் இரண்டு மணி மூன்று மணிவரை அவர்கள் வரட்டும் என்று காத்திருந்துவிட்டுத்தான் நான் மீண்டும் பக்கத்திலேயே வெளியே போய்ச் சாப்பிட்டுவிட்டு வந்தேன். அவர்கள் அன்று முழுக்க அப்புறம் வரவில்லை. என் பீடிக்கட்டில்தான் நான்கு உருவிக்கொண்டு போயிருந்தார்கள்.

பின்னுரை

தென்னிந்திய சினிமா துறையில் தொழிற் சங்கங்கள் பற்றிய ஒரு கட்டுரை எழுதுவதில் நான் ஈடுபட்டிருந்தபோது அந்தப் பொருள்பற்றிய விவரங்கள் கிடைப்பது அரிதாக இருப்பதை உணர்ந்தேன். அதுபற்றியோ, அத்துறையின் நடப்பு கள் பற்றியோ கூறும் ஆவணங்கள் எதுவும் இல்லை. சினிமா ஒரு அண்மைக்காலத் தோற்றம் என்றாலும், இத்துறையில் பணிபுரிவோர் நிலைபற்றி அறிய முயன்றபோது அதன் வரலாற்றுப் பதிவுகளைக் கண்டறிவது சிரமமாயிருந்தது. சினிமா ஒரு பொழுது போக்குச் சாதனமாகத் தோன்றிய சமயத்தில் அதை ஒரு பொருட்டாக மதிக்காமல், அரசும் அன்றைய பத்திரிகைகளும் உதாசீனம் செய்ததால் அதைப் பற்றிய விவரங்கள் பதிவுசெய்யப்படவில்லை. அச்சுஊடகம் ஆரம்பகாலத் திரையுலக நிகழ்வு களைக் கண்டுகொள்ளவில்லை. 1920களில் வந்த பத்திரிகைகளைப் புரட்டிப்பார்த்தால் அதில் நம்மூர் சினிமாபற்றிய செய்திகளைக் காண்பதரிது. அரசாங்கமும் பத்திரிகைகளுக்கு, நாளிதழ்களுக்கு அளித்த முக்கியவத்துவத்தைத் திரைக்குத் தர வில்லை. அரசு ஆவணக் காப்பகங்களில் சினிமா சார்ந்த பதிவுகள் பாதுகாத்து வைக்கப்படவில்லை.

அன்றிருந்த நிலையை விளக்க சினிமா துறை தொழிற்சங்கங்களின் தந்தை என அறியப்படும் இசைக் கலைஞர் எம்.பி. ஸ்ரீனிவாசன் ஜெமினி ஸ்டுடியோவின்

நுழைவாசலில் அன்றாடம் காலையில் நடந்த ஒரு நிகழ்வை வர்ணிக்கின்றார். "ஒரு கூட்டம் எதிர்பார்ப்புடன் கூடியிருக்கின்றது. மேற்பார்வையாளர் ஒருவர் வந்து ஒரு பையிலிருந்து சிறிய பிளாஸ்டிக் டோக்கன்களைக் கைநிறைய அள்ளிவீசுகின்றார். கூட்டத்திலிருப்போர் ஓடிப் பொறுக்குகின்றார்கள். யார்யார் கைகளில் டோக்கன் கிடைக்கின்றதோ அவர்களுக்கு அன்று வேலை. மற்றவர்கள் போகலாம்." அறுபதுகளில்கூட இந்த மாதிரி நிலை இருந்தது என்கின்றார்.

திரைத்துறை ஊழியர்களின் அவலநிலைமையை யாரும் கவனித்துப் பதிவுசெய்யாத நிலையில், அவர்களின் வாழ்க்கைப் பின்புலத்தில் அசோகமித்திரன் எழுதியிருக்கும் படைப்புகள் நமக்கு உதவுகின்றன. சமகாலப் பத்திரிகைகள் நடிகர்களைப் பற்றி மட்டும் எழுதியிருக்கின்றன, தொழிலாளர்களைப் பற்றியல்ல. ஜெமினி ஸ்டூடியோவில் நிர்வாகத் துறையில் பல ஆண்டுகள் பணிசெய்த அசோகமித்திரன் ஒரு எழுத்தாளருக்குரிய கூரிய பார்வையுடன் ஊழியர்களைக் கவனித்திருக்கின்றார். அவர்களது பிரச்னைகளைப் புரிந்துகொண்டிருக்கின்றார். அவர்கள் நடமாடும் சினிமா உலகின் பின்னணியில் அவர் எழுதியிருக்கும் ஆறு நாவல் களில் அந்த உலகில் சஞ்சரிக்கும் ஜூனியர் கலைஞர்கள், ஸ்டண்ட் நடிகர்கள், காரோட்டிகள், லைட்பாய்ஸ் கதைமாந்தர் களாக உலவுகின்றார்கள். அன்றாட வேலையில் அவர்கள் எதிர்கொள்ளும் சிரமங்கள், பாதுகாப்பற்ற வேலைநிலை, குடும்ப வாழ்க்கை முதலானவை துல்லியமாகச் சித்திரிக்கப் படுகின்றன. எடுத்துக்காட்டாக 'வண்ணங்கள்' எனும் சிறுகதை ஒரு ஸ்டூடியோவில் பணிபுரியும் காரோட்டிகளைப் பற்றியும் அவர்கள் தினசரிக் கூலிக்காக திண்டாடுவது பற்றியும் கரிசனையுடன் பதிவுசெய்கின்றது.

அதிலும் சிறப்பாக ஸ்டூடியோ ஊழியர்களைக் கதாபாத்திரங் களாகக் கொண்ட 'கரைந்த நிழல்கள்' நாவல் குறிப்பிடப்பிடத் தக்கது. இங்கே நாவல் ஒன்று வரலாற்று ஆவணத்தின் பரிமாணங் களைப் பெறுகின்றது.

'கரைந்த நிழல்கள்' போல் சினிமா துறைசார்ந்த நாவல்கள் வேறு எந்த மொழியிலாவது வெளிவந்திருக்கின்றனவா என்று தேடிக்கொண்டிருந்தேன். சிட்னி நகரில் புகழ்பெற்ற கிங்ஸ் ரோடில் ஒரு பழைய புத்தகக்கடை உள்ளது. இந்தக் கடையில் வேலை செய்கின்றவர் அனைவரும் வாசிப்பில் ஈடுபாடுடையவர்கள். புத்தக உலகில் சஞ்சரிப்பதும் அத்துறைபற்றி பேச வாய்ப்புகள்

கிடைப்பதுமே இவர்களை ஈர்ப்பவை. சினிமா துறை ஊழியர்களைச் சார்ந்த நாவல் ஏதும் இருக்கிறதா என்று பணியாளர் ஒருவரைக் கேட்டபோது உடனே ஒரு பழைய நூலை எடுத்து தூசிதட்டி, அதைப்பற்றிய ஒரு சிறு அறிமுகத்துடன் கொடுத்தார். ஹாலிவுட்டில் திரைக்கதை எழுதிக்கொண்டிருந்த நதானியேல் வெஸ்ட் (Nathanael West, 1904-1940) படைத்த நான்கு நாவல்களில் ஒன்றான 'வெட்டுக்கிளியின் தினம்' ('The Day of the Locust') அமெரிக்கத் திரைத்துறையைப் பின்புலமாக வைத்து 1957இல் எழுதப்பட்டது. ஸ்டூடியோ ஒன்றில் தளம் வடிவமைக்கும் கலைஞன் ஒருவனின் வாழ்க்கையைச் சுற்றிவரும் கதை. முப்பதுகளில் அமெரிக்காவில் சினிமா துறையின் நிலையை நாவல் பிரதிபலிக்கின்றது. நூல் வெளிவந்தபோது 1450 பிரதிகள்தான் விற்றன. ஆனால் ஆண்டுகள் செல்லச்செல்ல அதன் சிறப்பு உணரப்பட்டது, பல பதிவுகள் வந்துவிட்ட இந்த புதினம் இன்று ஹாலிவுட்டின் வரலாற்றின் ஒரு பகுதியாக நிலைத்துவிட்டது. 'கரைந்த நிழல்க'ளும் அதேபோல அந்தக் காலத்து நிலையை நமக்குக் காட்டும் கண்ணாடியாக இருக்கின்றது. கதையின் ஆரம்பமே ஒரு ஊழியரின் அன்றாட வாழ்வின் பரிதாபத்தை, அதன் தரத்தை தீர்க்கமாகப் பிரதிபலிக்கின்றது.

பீடிசுற்றும் வேலைகூடப் பல ஆண்டுகள் முன்னரே ஒரு தொழிலாக அரசாங்கத்தால் அங்கீகரிக்கப்பட்டு விட்டாலும் ஆயிரக்கணக்கான ஊழியர்கள் பணியாற்றிக்கொண்டிருந்த, மக்களின் வாழ்வில் நீக்கமற நிறைந்திருந்த சினிமா துறை 2001வது ஆண்டில்தான் இந்தியாவில் ஒரு தொழிலாக அறிவிக்கப்பட்டது. அதுவரை இவர்கள் காப்பீடு போன்ற எந்தவிதப் பாதுகாப்பு மில்லாமல், எந்தவிதத் தொழிலாளர்நலத் திட்டமுமில்லாமல் அன்றாடக் கூலிகளாகக் காலத்தை ஓட்டிக்கொண்டிருந்தார்கள். அசோகமித்திரன் இந்த நாவலை 1967இல் எழுதியிருக்கிறார் என்பதை நினைவில் கொள்ள வேண்டும்.

'கரைந்த நிழல்க'ளில் பாத்திரங்களாக தோன்றி நடமாடும் ஜகந்நாதராவ், சம்பத்ராஜ கோபால், டைம்கீப்பர் போன்றவர்கள் தமிழ் சினிமா உலகின் பிரதிநிதிகள்போல் தோன்றுகிறார்கள். இதில் பலர் தினசரி கூலிபெறுபவர்கள். அதிலும் சம்பத், ஒரு கீழ்நிலை ஊழியனாக இருந்து திரையுலகில் ஒரு உயர்நிலையை அடைகிறார். தமிழ்சினிமா உலகில் இம்மாதிரியான பரமபத விளையாட்டில் வருவதுபோன்ற ஏற்றத்தைப் பற்றி நாம் அறிந்திருக்கிறோம். அந்த உலகின் ஈர்ப்பிற்கு இதுவும் ஒரு காரணம்.

ஐம்பதுகளில் சென்னையிலிருந்த ஒரு ஸ்டூடியோவைத் துல்லியமாக ஒவ்வொரு கூறாக அசோகமித்திரன் விளக்குகின்றார். ஏழாம் இயலைப் படிக்கும்போது நம் கண்முன் ஒரு படப்பிடிப்புக் கூடம் விரிகின்றது. இவர் வர்ணிக்கும் ஸ்டூடியோவை இன்று எங்குமே காணமுடியாது. ஏனெனில் இன்று திரைப்பட உருவாக்கம் வேறு தளத்திற்குச் சென்றுவிட்டது. மூவிமொகல் என்று அந்தக் கால கட்டத்தில் அறியப்பட்டிருந்த பெரிய ஸ்டூடியோ உரிமையாளர்களில் ஒருவரை ராம அய்யங்கார் சித்திரிப்பில் அசோகமித்திரன் முன்னிறுத்துகின்றார். இந்த ஸ்டூடியோ அதிபர் உலகத் தமிழ் மாநாட்டுடன் தன்னை இணைத்துக்கொள்கின்றார். இந்தக் கதா பாத்திரம் பலகோணங்களில் எஸ்.எஸ். வாசனை நினைவூட்டுகிறது.

செக்கோஸ்லோவாக்கியா நாட்டிலிருந்து வரும் சினிமா குழு, சென்னையில் ஒரு திரைப்பட விழா என்று அசோகமித்திரன் தமிழ் சினிமாவின் சகல பரிமாணங்களையும் தொட்டுச் செல்கின் றார். அவரது விவரிப்பில் தமிழ் சினிமாவின் பலவீனங்கள் தெளிவாகத் தெரிகின்றன. ஒரு எடுத்துக்காட்டு. "மணிமுடி தமிழ் வாத்தியாராக இருந்தவர். வாரப்பத்திரிகை ஒன்றில் ஒரு கதை எழுத, அதை ஒரு படத் தயாரிப்பாளர் திரைப்படமாக எடுக்க, எடுத்த படம் பல்வேறு காரணங்களால் பிரபலமாக, மணிமுடி ஒரு ராசிக்கார வசனகர்த்தா என்று பெயர்பெற, அவர் வாத்தியார் வேலையை விட்டுவிட்டு அரைடஜன் பட்டு ஜிப்பாக்கள் தைத்துக் கொண்டார்."

தமிழ்த் திரையின் தொடக்ககாலத்திலிருந்தே பல எழுத்தாளர் கள் அந்த உலகுடன் தொடர்புகொண்டவர்களாக இருந்தாலும் சினிமாவின் இயல்புகளை, நியதிகளை, சாத்தியக்கூறுகளை அறிந்தவர்கள் மிகச் சிலரே. அதில் ஒருவர் அசோகமித்திரன். (இன்னொருவர் பி.எஸ். ராமையா என்று சொல்லலாம்.) அசோகமித்திரனுக்குப் பன்னாட்டு சினிமாவுடனும் நல்ல பரிச்சயம் உண்டு. இன்கிரிட் பெர்க்மென் பற்றி இவர் எழுதிய கட்டுரை இதற்கு ஒரு எடுத்துக்காட்டு. இவர் எழுதிய புனைகதை களுடன் சினிமாபற்றி எழுதிய கட்டுரைகளும் ('இருட்டிலிருந்து வெளிச்சம்', 1997) ஜெமினி ஸ்டூடியோவில் பணிபுரிந்த நாட்களைப் பற்றிய *'My Years with Boss' (2000)* என்ற நூலும் தமிழ் சினிமா வரலாற்றிற்கு முக்கிய ஆவணங்கள்.

சச்சிதானந்தன் சுகிர்தராஜா 'கரைந்த நிழல்கள்' நாவலை ஒரு பின்நவீனத்துவப் படைப்பாகப் பார்க்கின்றார். இந்தப்

புதினத்தில் பல கதைமாந்தர்கள் வந்தாலும் யாரும் ஒரு முக்கிய பாத்திரமாக நிலைக்காமலிருப்பதைத் தனது கணிப்பிற்கு ஆதாரமாகச் சுட்டிக்காட்டுகின்றார். நாவலாசிரியர் இந்த உத்தியை முன்கருதலுடன் பயன்படுத்தினாரா என்று சொல்ல இயலவில்லை. ஆனால் "இலக்கிய உத்திகளைக் கையாள்வதில் தமிழர், உலகத்தில் எந்த எழுத்தாளருக்கும் குறைந்தவரில்லை என்று நிரூபிப்பது எனக்கு ஒரு நோக்கமாக இருந்தது" என்று அசோகமித்திரன் கூறியிருப்பதை நாம் மனதில் கொள்ள வேண்டும்.

பெங்களூரு
செப்டம்பர் 2017

சு. தியடோர் பாஸ்கரன்